உங்கள் வாகனம் உங்களுடையது கிடையாது

வாழ்க்கையை அடியோடு மாற்றப்போகும் தானியங்கி எலெக்ட்ரிக் வாகனங்கள்

நவீனா அலெக்சாண்டர்

அறம்
பதிப்பகம்

உங்கள் வாகனம் உங்களுடையது கிடையாது

நவீனா அலெக்சாண்டர்

முதல் பதிப்பு - ஜனவரி 2023

வெளியீட்டு எண்: 80

வெளியீடு: அறம் பதிப்பகம்

Ungal Vaganam Ungaludaiyathu Kidaiyathu

Author: Naveena Alexander

First Edition: January 2023

Published by: Aram Publication

Address: No. 3/582, Mullai Street,

Kasthuribai Nagar, Mullipattu village & post

Arani Taluk - 632316

Tiruvannamali Dt, Tamil Nadu

Contact Cell No: 9150724997

e-mail: arampublication50@gmail.com

Designer: G. Murugan

Pages: 110

ISBN 978-93-91480-50-9

பொருளடக்கம்

சூப்பர் பம்ட் - டிராவிஸ் கலானிக் *1*

ஊபர்கேப் – பொதுப்போக்குவரத்தின் புதிய முகம் *10*

பங்கீட்டு பயணம் – ஷேர்டு மோபிலிட்டி *20*

இந்திய ஆட்டோமோபைல் வரலாறு *28*

தானியங்கி கார்கள் – பழிவாங்கல் *39*

தானியங்கி வாகனங்கள் – எதிர்கால போக்குவரத்து *48*

சூரியன் கிழக்கில்தான் உதிக்கும் – பேய்டு, டென்செண்ட், அலிபாபா....
57

எலெக்டிரிக் கார்கள் – எலன் மஸ்க் *66*

சக்திகளுக்கு இடையிலான போர் – பேட்டரிகள், ஹடிரஜன் *75*

வீட்டிலேயே கார் தயாரித்துவிடலாம் – *3D* பிரிண்டிங் *82*

விண்வெளியையும் விடப்போவதில்லை *87*

Reference Books *101*

முன்னுரை

இந்த புத்தகம் ஒருவகையில் எனது ஆர்டிபிஷியல் இண்டலிஜன்ஸ் புத்தகத்தின் இரண்டாம் பாகம் என்று கூட கூறலாம். இந்த புத்தகம் எழுத நேர்ந்ததும் அந்த புத்தகத்தின் வழியாகத்தான். ஆர்டிபிஷியல் இண்டலிஜன்ஸ் புத்தகத்தை வாசித்திருந்த எனது நண்பர் திரு. வினோத் நேரில் சந்தித்த தருணங்களின் ஒன்றின் போது ஆட்டோமோபைல் துறையில் நிகழ இருக்கும் தொழில் நுட்ப மாற்றங்களை குறித்து ஒரு புத்தகம் எழுதினால் நன்றாக இருக்கும் என்று கேட்டுக்கொண்டார்.

உடனடியாக அதுக் குறித்த ஆய்வுகளில் இறங்கியதன் பயனாக இந்த புத்தகம் உருவானது. இதற்கான ஆய்வு புத்தகங்களை வாசித்த தருணங்களிலும் சரி இந்த புத்தகத்தை எழுதிய தருணங்களிலும் சரி மறைந்த என்னுடைய தந்தையின் (ஜெயசேகர் சேராப்பீம்) நினைவு என்னை பெரிதும் நிரப்பியிருந்தது. என்னுடைய தந்தை மின் மற்றும் மின்னணு துறையில் அதிக நாட்டம் கொண்டவர்.

அவர் அரசு போக்குவரத்து துறையில் (பல்லவன் இல்லம்) வேலை செய்து ஓய்வுப் பெற்றவர் என்றாலும் மின் மற்றும் மின்னணு சாதனங்களை பழுது நீக்கும் கருவிகளைக் கொண்டு அவைகளை சரி செய்வது அவருடைய முக்கிய பொழுதுபோக்குகளில் ஒன்று. இது சார்ந்த புதிய தொழில் நுட்பங்களை தெரிந்துகொள்வதிலும் அவை எப்படி இயங்குகின்றன என்பதை அறிந்துகொள்வதிலும் அவருக்கு ஆர்வம் அதிகம்.

என்னுடைய படிப்பு முடிந்து நான் புதிதாக கணினி ஒன்றை வாங்கியபோது அது எப்படி இயங்கும் என்று என்னை தொடர்ந்து கேட்டுக்கொண்டிருந்தார். இறுதிவரை அதை நான் அவருக்கு விளக்கி சொல்லவேயில்லை. அவருக்கு அது புரியாது என்பது

அப்போதைய எனது புரிதல். ஒருவேலை அந்த கணினியை எனது தந்தையிடம் கொடுத்திருந்தால் அதை அவர் பிரித்துப்பார்த்து மின்னணு தளத்தில் அது எப்படி இயங்குகிறது என்பதை நிச்சயம் அறிந்துகொண்டிருப்பார். அது அவருக்கான பெரும் மகிழ்ச்சியை கொடுத்திருக்கும்.

காலம் கடந்த பிறகுதானே நமக்கு சூரிய வணக்கம் செய்யும் ஞானம் வாய்க்கிறது. அதுபோகட்டும். புதிய தொழில் நுட்பங்கள் சமூகத்தில் எப்படியான மாற்றங்களை நிகழ்த்திக்கொண்டிருக்கிறது, எதிர்காலத்தில் எப்படியான மாற்றங்களை நிகழ்த்தயிருக்கிறது என்பதை குறித்து நாம் அறிந்துகொள்ள வேண்டியது மிக முக்கியம். சமூக மாற்றங்களுக்கு ஏற்ப நம்மை தகவமைத்துக்கொள்ள இது மிகவும் உதவியாக இருக்கும்.

புதிய தொழில்நுட்பங்கள், பல சாதக அம்சங்களை கொண்டு வந்தாலும் முக்கியமானதொரு பாதக அம்சத்தையும் கொண்டுவர இருக்கிறது. அது வேலை இழப்பு. இதன் தாக்கம் உலகம் முழுவதிலும் எதிரொளிக்க இருக்கிறது. வளர்ந்த நாடுகளில் இதுக் குறித்த விவாதங்களும், மாற்று வேலை வாய்ப்புகளுக்கான வழிகளை காணும் ஆய்வுகளும் முன்னெடுக்கப்படுகிறது. ஆனால் இது குறித்த எத்தகைய முன்னெடுப்புகளையும் நம் சமூகத்தில் காண முடியவில்லை.

இதைகளையும் வகையில் வரயிருக்கும் வேலை இழப்பு பிரச்சனைக் குறித்த முன்னறிவிப்பு புத்தகமாக இது இருக்கவேண்டும் என்பதும் ஆரோக்கியமான தீர்வுகளை நோக்கிய விவாதங்களுக்கான முன்னெடுப்பாகவும் இந்த புத்தகம் இருக்கவேண்டும் என்பதும் புத்தகத்தை தொடங்குவதற்கு முன் நண்பர் வினோத் வைத்த முக்கியமான கோரிக்கைகள்.

உண்மைதான். வரும்முன் காப்பதுதான் நம்முடைய பண்பாடு. பிரச்சனையின் மையத்தில் இருந்துகொண்டு எதை திண்றால் பித்தம் தெளியும் என்கிற ரீதியில் அதற்கான தீர்வுகளைக் குறித்து அலைபாயாமல் வருவதற்கு முன்பே நாம் நம்மை தயார் செய்துகொள்வது நல்லதுதானே.

புதிய தொழில் நுட்பங்கள் - குறிப்பாக ஆர்டிபிஷியல் இண்டலிஜன்ஸ் – சாமானியன் தொடங்கி பணம் படைத்தவர்கள் வரை சமூகத்தின் அனைத்து தரப்பினர் மீதும் தன்னுடைய தாக்கத்தை செலுத்தயிருக்கிறது. மேலும் உடல் உழைப்பு என்பதை இல்லாமல் ஆக்கிவிட்டு அந்த இடத்தில் மூளை உழைப்பை கொண்டுவர இருக்கிறது.

பணத்தையும், உடல் சார்ந்த உழைப்பையும் சமச்சீராக பிரிக்க முடியும். குறைந்த பட்சம் அதற்கான கருத்தியல் ரீதியிலான போராட்டங்களையாவது முன்னெடுக்க முடியும். ஆனால் மனிதர்களின் மூளை திறனை நாம் எப்படி சமச்சீராக பிரிப்பது? இதற்கான கருத்தியல் பின்புலங்கள் அல்லது விவாதங்கள் நம்மிடையே இருக்கின்றனவா?

புதிய தொழில் நுட்பங்கள் நம்முடைய வாழ்கை முறையை அடியோடு புரட்டிப்போட இருக்கின்றன. வாழ்கை முறை என்றால் அதனுள் சித்தாந்தங்களும் கருத்தியல்களும் அடங்கும்தானே. சித்தாந்தங்களும் அதனடிப்படையிலான கருத்தியல்களும் எதிர் வரும் மாற்றங்களுக்கு ஏற்ப தங்களை தகவமைத்துக்கொள்வது மிக அவசியமாகிறது. அவைகளுக்கு முன்பாக இரண்டு முக்கிய கடமைகள் இருக்கின்றன. ஒன்று மாற்றங்களுக்கு ஏற்ப அவை தங்களை தகவமைத்துக்கொள்வது இரண்டாவது சமூகத்தின் அனைத்து அடுக்குகளுக்கும் தகவமைப்பை கடத்துவது.

நவீனா அலெக்சாண்டர்

9841959890

சூப்பர் பம்ட் - டிராவிஸ் கலானிக்

ஸ்மார்ட் போன் வைத்திருக்கும், அதில் ஆப்களை (apps) பயன்படுத்த தெரிந்திருக்கும் அனைவரும் அறிந்திருக்கும் விசயம் கேப் சர்வீஸ். தொடர்ச்சியாக உள்ளூர் மற்றும் வெளியூர் பயணங்கள் மேற்கொள்பவர்கள் என்றால் கண்டிபாக இதை குறித்து அறிந்திருப்பார்கள். அறிந்திருப்பார்கள் என்பதைவிட அன்றாட போக்குவரத்தில் தங்களின் இரண்டாம் இயல்பாக இதை பயன்படுத்திக்கொண்டிருக்கிறார்கள் என்று சொல்வது பொருத்தமாக இருக்கும்.

பத்தில் எட்டு சென்னை வாசிகள் நிச்சயம் ஓலா அல்லது ஊபர் போன்ற கேப் சர்வீசை பயன்படுத்தியவர்களாக அல்லது பயன்படுத்திக்கொண்டிருப்பவர்களாக இருக்கிறார்கள். இதுவரை சாத்தியப்படாதிருந்த போக்குவரத்தின் புதிய பரிணாமத்திற்கு செயல் வடிவம் கொடுத்திருக்கின்றன இந்த கேப் சர்வீஸ் நிறுவனங்கள். பொது மக்கள் தளத்தில் ஏற்றுக்கொள்ளக் கூடிய கட்டணத்தில், வசதியான மற்றும் பாதுகாப்பான பயணத்தை வழங்கும் இந்த நிறுவனங்கள் வேலை வாய்ப்பு சந்தையில் கார் ஓட்டுனர்களுக்கான பெரும் தேவையையும் உருவாக்கியிருக்கிறது.

கிராமங்களின் மக்கள் தொகையை வேலை வாய்ப்புகளின் அடிப்படையில் நகரங்களை நோக்கி இழுத்த பெரும் தொழிற்சாலைகளுக்கு இணையாக தற்போது கேப் சர்வீஸ் நிறுவனங்களும், வாகனம் ஓட்டத் தெரிந்த அல்லது கார்களை சொந்தமாக வைத்திருக்கும் கிராமபுறங்களைச் சேர்ந்தவர்களை பெரு நகரங்களை நோக்கி இழுத்துக்கொண்டிருக்கின்றன.

பத்தில் ஐந்து கேப் சர்வீஸ் வாகன ஓட்டிகள் வேலை வாய்ப்பின் நிமித்தம் புதிதாக கிராமங்களிலிருந்து நகரை நோக்கி வந்தவர்களாக இருக்கிறார்கள். எதிர்கால போக்குவரத்தின் புதிய முகமாக மாறிக்கொண்டிருக்கின்றன இந்த கேப் சர்வீஸ்கள்.

சொகுசான, வசதியான, குறித்த நேரத்திற்கான, குடும்பத்துடன் கூடிய பயணங்களை மேற்கொள்ள நீங்கள் சொந்தமாக கார்களை வைத்திருக்கவேண்டும் என்கிற கட்டாயத்தை கேப் சர்வீஸ்கள் உடைத்தெறிந்துகொண்டிருக்கின்றன.

இவை கார்களுடன் நின்றுவிடவில்லை. ரேப்பிடோ போன்ற இருசக்கர வாகன சர்வீஸ்களும் இருக்கின்றன. கார்களை போன்று இருசக்கர வாகனங்களையும் நீங்கள் சொந்தமாக வைத்திருக்கவேண்டிய அவசியமில்லை. இந்தியாப் போன்ற வளரும் நாடுகளில் பொது போக்குவரத்தில் ஆட்டோக்கள் பெரும் பங்கு வகிப்பதால் ஆட்டோக்களையும் தங்களுடைய ஆப்களுக்குள் *(apps)* கொண்டுவந்துவிட்டன ஊபர் மற்றும் ஓலா போன்ற கேப் சர்வீஸ் நிறுவனங்கள்.

வழமையான போக்குவரத்து நிறுவனங்களில் இருந்து கேப் சர்வீஸ் நிறுவனங்கள் முற்றிலும் வேறுப்பட்டது. பேருந்து மற்றும் இரயில் போக்குவரத்திற்கு அடுத்து தனியார் என்கிற வகையில் ஒருவர் போக்குவரத்து நிறுவனத்தை தொடங்க வேண்டுமென்றால் அவர் முதலில் அரசாங்கத்திடம் அனுமதி வாங்கவேண்டும். எந்த வழித்தடத்தில் தன்னுடைய வாகனம் போக்குவரத்து சேவையை வழங்கப்போகிறது என்பதற்கான அனுமதி.

அடுத்து அவரிடம், அரசாங்கம் பொது போக்குவரத்திற்கென்று நிர்ணயம் செய்திருக்கக் கூடிய (பாதுகாப்பு மற்றும் சாலை விதிகள்) சட்டங்களை பூர்த்தி செய்யும் வாகனங்கள் – அது போரூந்தாகவும் இருக்கலாம் வேன், கார் அல்லது ஆட்டோவாகவும் இருக்கலாம் - சொந்தமாக இருக்கவேண்டும். அவர் சொந்தமாக வைத்திருக்கும் வாகனங்களை இயக்குவதற்கான தொழிலாளர்கள் இருந்தாகவேண்டும். அவர்களுக்கு மாத சம்பளமும் கொடுத்தாக வேண்டும்.

ஆனால் கேப் சர்வீஸ் நிறுவனங்கள் (ஊபர் போன்றவை) தங்களுடைய போக்குவரத்து சேவையை வழங்க சொந்தமாக பொம்மை கார் என்கிற அளவில் கூட சொந்தமாக கார்களை வைத்திருக்கவேண்டிய அவசியமே இல்லை. அப்படி அவைகள் வைத்திருப்பதும் இல்லை. தங்களுடைய சேவையை

வழங்குவதற்கான உரிமம் பெறுவதற்கு அவைகள் அலைந்து திரியவேண்டிய கட்டாயமும் கிடையாது. தாங்கள் வழங்கும் போக்குவரத்து சேவைக்கென்று பொம்மை கார் கூட அவைகள் வைத்திருப்பதில்லை என்கிறபோது டிரைவர்களை மாத்திரம் மாத சம்பளத்தில் அவைகள் வைத்திருக்கமா என்ன. அந்த நிறுவனங்களுக்கு என்று சொந்தமாக டிரைவர்களும் கிடையாது.

காரணம் அவை அடிப்படையில் போக்குவரத்து நிறுவனங்களே அல்ல. அவை டெக் நிறுவனங்கள். அதாவது ஸ்மார்ட்போன் ஆப் *(Smartphone App)* நிறுவனங்கள் அவை. சேவையை வழங்க கூடிய ஒருவரையும் சேவையை பெறக் கூடிய ஒருவரையும் தங்களுடைய ஆப் மூலம் ஒன்றிணைக்கும் டெக் நிறுவனங்கள் ஊபர் மற்றும் ஓலா போன்றவை. இங்கே சேவையை வழங்க கூடியவர் ப்ரோவைடர் *(provider)* என்றும் சேவையை பெறக் கூடியவர் கன்ஸ்யூமர் *(consumer* - வாடிக்கையாளர்) என்றும் அழைக்கப்படுகிறார்கள். இந்த இருவரும் ஒரு சொடுக்கில் (அவர்கள் வைத்திருக்கும் ஸ்மார்ட்போனில்) தங்களுடைய ஆப்கள் மூலம் ஒருவரை ஒருவர் தொடர்புகொள்வதால் தங்களுடைய ஆப்களை பிளாட்பார்ம் *(platform)* என்கிறது ஊபர்.

ஆக ஊபர் மற்றும் ஓலா போன்றவை அடிப்படையில் டிஜிட்டல் பிளாட்பார்ம் *(digital platform)* நிறுவனங்கள். அவை சொந்தமாக வைத்திருப்பதெல்லாம் ஆப் *(app)* மாத்திரமே. கார் வைத்திருக்க கூடிய ஒருவரையும் (ப்ரோவைடர்) பயணம் செய்யக் கூடிய ஒருவரையும் (வாடிக்கையாளர்) தன்னுடைய ஆப் மூலம் இணைக்கிறது ஊபர். ஊபர் ஆப் இலவசம். இதை பயன்படுத்த யாரும் யாருக்கும் கட்டணம் செலுத்த வேண்டியதில்லை. ஆக வழமையான தனியார் போக்குவரத்து நிறுவனம் ஒன்றையும் ஊபர் மற்றும் ஓலா போன்ற டெக் நிறுவனங்களையும் எந்த வகையிலும் ஒப்பிடவே முடியாது.

ஆனால் ஊபர் மற்றும் ஓலா போன்ற டெக் நிறுவனங்கள் வழங்குவது போக்குவரத்து சேவை. சொந்தமாக வாகனங்களும், டிரைவர்களும், வழித்தட உரிமங்களும் இல்லாமலேயே அவைகளால் புதிய போக்குவரத்து முறை ஒன்றை உட்கார்ந்த இடத்தில் ஒற்றை ஆப் மூலம் உருவாக்க முடிந்திருக்கிறது. பல இலட்சக்கணக்கான வாகன

ஓட்டி வேலை வாய்ப்பையும் இவைகளால் உட்கார்ந்த இடத்தில் உருவாக்க முடிந்திருக்கிறது. இது எப்படி சாத்தியமானது?

ஸ்மார்ட்போன் தொழில் நுட்பம். உள்ளங்கைக்குள் அடங்கிவிடக் கூடிய இந்த ஸ்மார்ட்போன் தொழில் நுட்பமே உலகம் முழுவதிலும் பல கோடி மக்களுக்கான போக்குவரத்து சேவையை முற்றிலும் புரட்டிப்போட்டிருக்கிறது. கார், அம்பு, டிரைவர்கள் சேனை என்று இருந்த பல தனியார் போக்குவரத்து நிறுவனங்களை கூட திக்குமுக்காட வைக்கின்றன ஸ்மார்ட்போன் மூலம் இயங்க கூடிய ஊபர் போன்ற கேப் சர்வீஸ் நிறுவனங்கள். இது ஒருபுறம் என்றால் வாகன உற்பத்தியில் ஈடுப்பட்டிருக்கும் பெரும் தொழிற்சாலை நிறுவனங்களையும் *(Ford, Hyundai)* கூட இவை விட்டு வைக்காமல் பதம் பார்க்கத்தொடங்கிவிட்டன.

இன்றைய நிலையில் ஊபர் நிறுவனத்தின் சந்தை மதிப்பு போர்ட் மற்றும் ஜி.எம். மோட்டார்சின் *(Ford & GM Motors)* ஒன்றிணைந்த சந்தை மதிப்பை நெருங்கிக்கொண்டிருக்கிறது. மிகப் சரியாக பத்து வருடங்களுக்கு முன்பு உருவாக்கப்பட்டு, போக்குவரத்து தொழிலுக்கென்று தன்னுடைய சொந்த முதலீட்டில் ஆட்டோ ரிக்சாவை கூட வைத்திருக்காத ஊபர், போக்குவரத்து துறைக்கு இதயமான வாகனங்களை உற்பத்தியும் செய்யும் போர்ட் போன்ற நூற்றாண்டு கால பழமை வாய்ந்த பெரும் தொழிற்சாலை நிறுவனங்களை ஆட்டம் காண செய்ய முடிகிறதென்றால் டிஜிட்டல் பிளாட்பார்ம் என்கிற தொழில்நுட்பம் எப்படியான வீச்சுக்கொண்டதாக இருக்கும் என்பதை கணக்குப்போட்டுக்கொள்ளவும்.

அடுத்த இருபது வருடங்களில் அதாவது *2030*-க்குள் கேப் சர்வீஸ் ஒன்று மாத்திரமே பொது மக்களின் போக்குவரத்து முறையை முற்றிலும் புரட்டிப்போடும் ஒன்றாக இருக்கப்போவதில்லை. பொதுப்போக்குவரத்துடன் தொடர்புடைய மேலும் இரண்டு பெரும் டெக் *(Tech)* தொழில் நுட்பங்கள் அடுத்தடுத்து வரிசையில் நின்றுக்கொண்டிருக்கின்றன.

அவை எலெக்ட்ரிக் வாகனம் *(Electric Vehicle - Evs)* மற்றும் தானியங்கி வாகனம் *(Autonomous Vehicle)*. இதில் எலெக்ட்ரிக் கார்

தொழில் நுட்பம் இப்போதே தன்னுடைய முதல் சுற்று ஆட்டத்தை தொடங்கிவிட்டது. தானியங்கி கார் தொழில் நுட்பம் 2021-லிருந்து தன்னுடைய ஆட்டத்தை தொடங்கயிருக்கிறது.

கேப் சர்வீஸ், எலெக்டிரிக் கார் மற்றும் தானியங்கி கார் தொழில்நுட்பங்கள் 2030-க்குள் உலகம் முழுவதிலும் பல கோடி மக்களின் அன்றாட வாழ்க்கை முறையை முற்றிலும் புரட்டிப்போட காத்திருக்கின்றன. மேலும் வாகன உற்பத்தி, அது சார்ந்த வேலை வாய்ப்புகள், சாலை கட்டமைப்பு என்று முற்றிலும் புதிய உலகை இவை உருவாக்க இருக்கின்றன. இவை அனைத்தும் டிஜிட்டல் மற்றும் டிஜிட்டல் பிளாட்பார்ம் தொழில் நுட்பங்களை அடிப்படையாக கொண்டவையாக இருக்கும். ஆர்டிபிஷியல் இண்டலிஜன்ஸ் மற்றும் ரோபாட்டிக்ஸ் இந்த தொழில் நுட்பங்களின் மூலையாக செயல்படும்.

சாமானியனுடைய பார்வையிலிருந்து இது தொடர்பான கேள்வியை முன் வைப்பதாக இருந்தால் அது எப்படி ரோபோ கார ஓட்டும்? பார்ப்போம். இதற்கு கேப் சர்வீஸ், எலெக்டிரிக் கார் மற்றும் தானியங்கி கார் தொழில்நுட்பங்களை குறித்து நாம் தனித் தனியாக பார்க்கவேண்டியிருக்கிறது. இவை இப்போதைக்கு மூன்று தனித் தனி தொழில்நுட்பங்களாக தோற்றமளித்தாலும் அடிப்படையில் இந்த மூன்று தொழில்நுட்பங்களுக்கும் ஒரே மையப் புள்ளி தானியங்கி தொழில்நுட்பம் மாத்திரமே.

தானியங்கி தொழில்நுட்பத்தில் அமைந்த எலெக்டிரிக் கார்களையும் மற்ற கனரக வாகனங்களையும் எந்த டெக் நிறுவனம் பொது சந்தைக்கு கொண்டுவந்து வணிகமயப்படுத்தி வெற்றியடைய முடிகிறதோ அந்த நிறுவனம் நினைத்தால் ஒட்டுமொத்த உலகின் போக்குவரத்தையும் அது சார்ந்த தொழில்களையும் அதனுடைய கட்டுப்பாட்டிற்குள் கொண்டுவந்துவிட முடியும்.

இதற்கான போட்டியில்தான் தற்போது டெக் நிறுவனங்கள் முழு வீச்சில் இறங்கியிருக்கின்றன. இந்த போட்டியால் எண்ணெய் மற்றும் வாகன உற்பத்தியில் ஈடுப்பட்டிருக்கும் பல பெரும் நிறுவனங்கள் பாதிப்புகளை எதிர்நோக்கியிருக்கின்றன. இந்த போட்டியில் களத்திலிருக்கும் நாடுகள் சீனா, ஐப்பான் மற்றும்

அமெரிக்கா. அன்றாட வாழ்க்கை முறையிலும், வேலை வாய்ப்புகளிலும் இந்த போட்டி நிகழ்த்தயிருக்கும் மாற்றங்களை குறித்து தனித் தனியாக பார்ப்போம். முதலில் தற்போது நாம் நடைமுறையில் பார்த்து, பங்கெடுத்துக்கொண்டிருக்கும் கேப் சர்வீசிலிருந்து தொடங்குவோம்.

ஸ்மார்ட்போன் மூலமான கேப் சர்வீஸ் என்கிற தொழில்நுட்பத்தை முதன் முதலில் செயலுக்கு கொண்டுவந்த நிறுவனம் ஊபர் *(Uber)*. அமெரிக்க நிறுவனம். சான்பிரான்சிஸ்கோவை தலைமையிடமாக கொண்டு *2009*-ல் ஆப்பிள் ஐபோனில் *(Apple Iphone)* வாடகை கார் புக் செய்வதற்கான ஆப்பாக வெளிவந்தது.

ஆப்பிள் நிறுவனம், தன்னுடைய ஐபோன்களில் பயன்படக் கூடிய பலவிதமான ஆப்களை வெளியாட்களும் உருவாக்கி ஆப்பிள் ஸ்டோர்களில்*(AppleStore–AppStore)* விற்பனைசெய்ய முடியும் என்கிற தொழில் நுட்பத்தை அறிமுகப்படுத்தியதே ஊபர் போன்ற ஆப்கள் எழுதப்படுவதற்கான வாய்ப்புகளை உருவாக்கிக்கொடுத்தது. இது பிற்பாடு ஆண்டிராய்ட் ஸ்மார்ட்போன்களுக்கும் சாத்தியமானது.

ஊபர் அமெரிக்க நிறுவனம்தான் என்றாலும் அதன் மிக முக்கிய பங்குதாரர்களில் ஒன்று ஜப்பானின் சாப்ட்பேங்க் நிறுவனம். பெயரில் பேங்க் இருந்தாலும் இது அடிப்படையில் தொலைத்தொடர்பு துறை சார்ந்த நிறுவனம். சொல்லப்போனால் உலகின் பெரும்பாலான நாடுகளில் முன்னணியில் இருக்கும் கேப் சர்வீஸ் டெக் நிறுவனங்களின் மிக முக்கிய பங்குதாரர் சாப்ட்பேங்க் நிறுவனம். சீனாவின் டிடி *(DiDi)*, இந்தியாவின் ஓலா *(Ola)*, சிங்கப்பூரை சேர்ந்த கிராப் *(Grab)* என்று இந்த பட்டியல் நீள்கிறது.

இது மாத்திரமல்ல அமெரிக்காவின் மற்றொரு முன்னணி கேப் சர்வீஸ் டெக் நிறுவனமான லிப்ட் *(Lyft)* ஜப்பானை சேர்ந்த ரக்கூட்டன் *(Rakuten)* நிறுவனத்தின் பெரும் மூலதனப் பின்னணியுடன் இயங்குகிறது. ஊபர் போன்று உலகின் மற்ற நாடுகளுக்கும் லிப்ட் நிறுவனம் தன்னுடைய சேவையை விரிவாக்கம் செய்யவில்லை என்றாலும் சொந்த மண்ணில் ஊபர் நிறுவனத்திற்கு தண்ணிக்காட்டும் நிறுவனம் லிப்ட். ஆக இதிலிருந்து நமக்கு தெரியவரும் முக்கிய சங்கதி, உலகின்

பொதுப்போக்குவரத்தை மாற்றியமைத்துக்கொண்டிருக்கும் கேப் சர்வீஸ் டெக் நிறுவனங்களின் பொருளாதார பின்புலம் ஜப்பானை அடிப்படையாக கொண்டது என்பது.

உலக பொதுப்போக்குவரத்தின் முகத்தை மாற்றியமைக்கும் போட்டியின் முதல் சுற்று முடிவாக தெரிய வருவது, டெக் கேப் சர்வீஸ் நிறுவனங்களின் பின்புலமாக இருப்பதன் வழி ஜப்பான் முன்னணிலையில் இருக்கிறது என்பது. ஊபரின் தொடக்க நாட்களுக்கு திரும்புவோம். ஊபரின் நிறுவனராக அறியப்படுபவர் டிராவிஸ் கலானிக் *(Travis Kalanick)*. தொன்னூறுகளில் நண்பர்களுடன் இணைந்து ஸ்கோர்.நெட் *(scour.net)* மற்றும் ரெட் ஸ்வூஷ் *(Red Swoosh)* நிறுவனங்களை உருவாக்கி நடத்தியவர்.

இந்த இரு நிறுவனங்களும் தொடக்க கால (1990-களை சேர்ந்த காலக்கட்டம்) இணைய தொழில் நுட்பத்தை அடிப்படையாக கொண்டது. இணைய சர்வர்களில் இருக்க கூடிய திரைப்படங்கள், பாடல்கள், புகைப்படங்கள், புத்தகங்கள் மற்றும் டாக்குமெண்ட்களை தேடி எடுத்து யார் வேண்டுமானாலும் இலவசமாக பதிவிறிக்கிக்கொள்ளும் வசதியை செய்து கொடுத்தது ஸ்கோர் நெட். பாதிக்கப்பட்டவர்கள் (ஹாலிவுட் தயாரிப்பாளர்கள்) நீதிமன்றத்தை நாட இந்த நிறுவனம் இழுத்து மூடப்பட்டது.

டிராவிஸ் கலானிக்கின் முதல் தோல்வி. இதற்கு அடுத்து அவர் தொடங்கியது ரெட் ஸ்வூஷ். முதல் நிறுவனம் சட்ட நடவடிக்கைக்கு உள்ளானதன் காரணமாக ரெட் ஸ்வூசின் சேவை மிகவும் கவனமாகவே வடிவமைக்கப்பட்டது. ஹாலிவுட் தயாரிப்பாளர்களின் திரைப்படங்களை அவர்களுடைய அனுமதியுடன் இணைய பார்வையாளர்கள் விற்கும் செயலை செய்தது ரெட் ஸ்வூஷ் இணையதளம். இங்கே ஒரு முக்கிய விசயத்தை நாம் கவனித்தாக வேண்டும்.

அது, கணினியில் சேமித்து வைக்க கூடிய உற்பத்திப் பொருட்களை (அதாவது திரைப்படங்கள், பாடல்கள் மற்றும் புத்தகங்கள்) இதன் தேவை உள்ளவர்களுக்கு மடை மாற்றிவிடும் வேலையைத்தான் அடிப்படையில் டிராவிஸ் கலானிக்கின் இரண்டு நிறுவனங்களும் செய்திருக்கின்றன. மடை மாற்றிவிடும் வேலையை செய்ய

அவர்களுக்கு பயன்பட்டது கணினிகளை ஒன்றிணைத்த இணைய தொழில் நுட்பம். மிகச் சரியாக இதைத்தான் ஊபர் ஆப்பும் செய்கிறது. ஆனால் ஸ்மார்ட்போனில்.

இணைய தொழில் நுட்பம் வருவதற்கு முன்பு திரைப்படத் துறை உருவாக்கியிருந்த மறைமுக தொழில் வாய்ப்புகளில் மிக முக்கியமானது *VCR* டேப்களை வாடகைக்கு விடும் தொழில். இரண்டாயிரங்களுக்கு முன்பு வரை, திரைப்படங்களின் *VCR*-கள் மற்றும் பாடல் கேசட்களை வாடகைக்கு விடும் கடைகளை ஒவ்வொரு ஊரிலும் காண முடியும். கேசட்களுடன் சேர்த்து டீவி மற்றும் *VCR* பிளேயர்களையும் கூட இந்த கடைகள் வாடகைக்கு விட்டு பொருளீட்டியிருக்கின்றன. இந்த கடைகளை நடத்தியவர்களுக்கு அதிகம் தேவைப்பட்டதெல்லாம் உடல் உழைப்பு மாத்திரமே.

இணைய தொழில் நுட்பமும் கணினி தொழில் நுட்பமும் பரவலான பிறகு இந்த இரு தொழில் நுட்பங்களும் ஏற்படுத்தித் தரக் கூடிய தொழில் மற்றும் பணமீட்டும் வாய்ப்புகளை மிகச் சரியாக கணித்த புத்திசாலிகளில் டிராவிஸ் கலானிக்கும் ஒருவர். நாம் ஏன் இவர்களை புத்திசாலிகள் என்கிறோம். விடை மிக எளிது. இணைய மற்றும் கணினி தொழில் நுட்பங்கள், அதிகம் கற்பனை வளத்தையும் மாற்றி சிந்திக்கும் இயல்பையும் கோரி நிற்பவை.

பெரும் அளவிலோ அல்லது சிறிய அளவிலோ முதலீடுகளை போட்டு, கட்டிடங்களை வாடகைக்கு பிடித்து, கடும் உடல் உழைப்பை கொடுத்து நடத்தக் கூடிய பல தொழில்களை உட்கார்ந்த இடத்தில் இணையம் மற்றும் கணினிகளுக்கான மென்பொருட்களை *(programming codes)* எழுதுவதன் மூலம் தங்களுக்கான பணமீட்டும் தொழில்களால் மாற்றிவிட முடியும் இந்த புத்திசாலிகளால். இதைத்தான் அமேசான் செய்கிறது, கூகுள் செய்கிறது, முகநூல் செய்கிறது. டிராவிஸ் கலானிக்கின் இரண்டு நிறுவனங்களும் இதைத்தான் செய்தன.

திரைப்படங்களின் *VCR*-களையும் பாடல் கேசட்களையும் வாடகைக்கு விடும் கடைகள் இன்றைக்கு கிடையாது. அது வழங்கிய தொழில் வாய்ப்பும் அதனுடன் சேர்த்து இல்லாமல்

போய்விட்டது. நம் கல்வி முறைகள் இவைகளை நமக்கு பாடமாக வைப்பதில்லை. நாமாகவேத்தான் விழுந்து புரண்டு இப்படியான பாடங்களை கற்றுக்கொள்ள வேண்டியவர்களாக இருக்கிறோம்.

இனி வரும் நாட்களில் வெறும் உடல் உழைப்பை மாத்திரமோ அல்லது கல்வித் தகுதிகளை மாத்திரமோ வேலை வாய்ப்பிற்கான வழிகளாக நம்பியிருப்பது எவ்வகையிலும் பயன்தருவதாக இருக்கப்போவதில்லை. உங்கள் முன் இருக்கும் தொழில் நுட்பங்களையும் அந்த தொழில் நுட்பங்கள் கொண்டு வரும் புதிய தொழில் வாய்ப்புகளையும் உங்களின் கற்பனை மற்றும் மாற்று சிந்தனை முறைகளைக்கொண்டு வென்றெடுப்பது ஒன்று மாத்திரமே நிலையான வேலை வாய்ப்பிற்கான வழிகளாக இருக்கப்போகிறது.

ஹாலிவுட் திரைப்படங்களை இணையத்தின் வழி பார்வையாளர்களுக்கு விற்பனை செய்யும் ரெட் ஸ்வூஷ் நிறுவனத்தை இலாபகரமாக நடத்த டிராவிஸ் கலானிக் பல முதலீட்டாளர்களை நடையாக நடந்து சந்திக்க வேண்டியிருந்தது. ரெட் ஸ்வூஷ் நிறுவனத்தை தொடங்கியிருந்த நேரமாக பார்த்து இணைய தொழில் நுட்பம் படு பாதாளத்தில் சரிந்து விட்டது. டாட் காம் பபுல் *(dot com bubble)* காலக்கட்டமாக இது அடையாளப்படுத்தப்படுகிறது.

தன்னுடைய நிறுவனத்தை வளர்க்க முடியாமல் திக்கித் திணறிய போதும் கலானிக் விடாப்பிடியாக நிறுவனத்தை நடத்திக்கொண்டிருந்தார். முதலீட்டாளர்களை சந்திப்பதற்கான வாய்ப்புகளை - அது பலன் தரப்போவதில்லை என்கிற போதிலும் – தவர விடாமல் தொடர்ச்சியாக சந்தித்துக்கொண்டிருந்ததன் பயனாக நிறுவனத்தை தொடங்கிய ஆறு வருடங்கள் கழித்து அதாவது 2007-ல் அக்கமாய் என்கிற பெரும் நிறுவனத்திடம் ரெட் ஸ்வூசை விற்பனை செய்தார். பல மில்லியன் டாலர்களுக்கு.

இந்த விற்பனையின் மூலம் வந்த இலாபமே அடுத்த இரண்டு வருடங்கள் கழித்து *(2009-ல்)* ஊபர் *(Uber Technologies Inc)* நிறுவனத்தில் முதலீடு செய்யப்பட்டது. ஊபரின் தோற்றம் எப்படி நிகழ்ந்தது? பார்ப்போம்.

ஊபர்கேப் – பொதுப்போக்குவரத்தின் புதிய முகம்

கேரட் கேம்ப் *(Garrett Camp)*. ஊபர் நிறுவனர்களில் இவரும் ஒருவர். சொல்லப்போனால் ஊபருக்கான வித்து இவரிடமிருந்தே வந்தது. இவரும் டிராவிஸ் கலானிக்கும் ஒரு மழைக்கால நாளில் டாக்சிக்காக காத்துக்கொண்டிருந்தபோது ஊபருக்கான யோசனை முழுமையாக திடுமென்று வந்து குதித்ததாக வாய் மொழியாக சொல்லப்படுகிறது. ஏன் சில சமயங்களில் டிராவிஸ் கலானிக்குமே இந்த கதையை சொன்னதாக இணையத்தில் பதிவுகள் உண்டு.

ஊபர் முழுக்க முழுக்க கேரட் கேம்பின் தொழில் யோசனை. தொடக்க நாட்களில் டிராவிஸ் கலானிக்கை போன்று இவரும் சான்பிரான்சிஸ்கோ பகுதியில் வசித்துக்கொண்டிருந்தவர். ஸ்டமிள்அப்பான் *(StumbleUpon)* என்கிற இணைய தொழில் நுட்ப நிறுவனத்தை தொடங்கி இலாபகரமாக நடத்தியவர். இன்றைய முகநூல் போன்றது ஸ்டமிள்அப்பான். இதை ஈ-பே *(eBay)* நிறுவனம் பல கோடிகள் கொடுத்து வாங்கிப்போட்டுக்கொண்டது. இதன் மூலம் பல கோடிகளுக்கு அதிபரானவர் கேரட் கேம்ப்.

சான்பிரான்சிஸ்கோவின் சாலை நெரிசல்களும், கார் பார்கிங் சங்கடங்களும் இவரை படுத்தியதால் உள்ளூர் டாக்சி சேவையை தன்னுடைய பயணங்களுக்கு பயன்படுத்திக்கொள்வது இவருடைய இயல்பாக இருந்த நாட்கள் அவை. குறித்த நேரத்திற்கு வராமல் உள்ளூர் டாக்சிகளும் தொடர்ந்து சொதப்பியதால் தொழில் நுட்பத்தை பயன்படுத்தி புதிய பொது போக்குவரத்து முறை ஒன்றை உருவாக்க வேண்டும் என்கிற எண்ணம் பலமாக இவருள் விழத்தொடங்கியது.

இதன் தொடக்கமாக அதற்கு அவர் வைத்திருந்த பெயர் பெஸ்ட்கேப் *(BestCab)*. டிராவிஸ் கலானிக் தன்னுடைய சொகுசு

அப்பார்மெண்டின்அலுவலகஅறையில்(ஜம்ப்பேட்–*Jumpad* என்பது அதன் பெயர்) ஏற்பாடு செய்யும் தொழில் முனைவோருக்கான கூட்டங்களில் கலந்துகொள்வது கேரட் கேம்ப்பின் வழக்கங்களில் ஒன்று. அப்படியான சமயம் ஒன்றில் தன்னுடைய கேப் தொழில் நுட்ப யோசனை குறித்து டிராவிஸ் கலானிக்கிடம் தெரிவிக்க கலானிக்கிற்கும் அது பிடித்துப்போனது.

தொடக்க நாட்களில் அதை எப்படி வடிவமைத்து செயல்படுத்துவது என்பதில் இருவருக்கும் நிறைய விவாதங்கள் நடந்தன. பணம் படைத்தவர்களுக்கான சொகுசு கார்களை நினைத்த இடத்திலிருந்து நினைத்த நேரத்தில் இணைய தொழில் நுட்பத்தின் வழி பயன்படுத்திக்கொள்வது என்பதாகத்தான் இருந்தது கேரட் கேம்பின் யோசனை. அனைவருக்குமான பிரத்தியேக ஓட்டுனர் *(Everyone's Private Driver)* என்பதையே அதற்கான செயல் விளக்க வாக்கியமாகவும் வைத்திருந்தார்.

இறுதியாக ஊபர்கேப் *(UberCab)* என்று பெயர் வைத்து *2009*-ல் நிறுவனத்தை தொடங்குவதற்கான வேலைகளை செயல்படுத்தினார்கள். கலானிக்கும், கேம்பும் முதல் கட்டமாக தங்களுடைய பங்காக பணத்தை முதலீட்டு செய்துவிட்டு மேலும் சில முதலீட்டாளர்களையும் திட்டத்திற்குள் கொண்டுவரும் பணியை தொடங்கினார்கள். முதலீட்டாளர்களை கொண்டு வருவது கலானிக்கின் வேலையாக தீர்மானிக்கப்பட்டது. இது தொடர்பாக கலானிக் ஜனவரி *5, 2010*-ல் தன்னுடைய டுவிட்டர் பக்கத்தில் பதிவு செய்தது: *"Looking 4 entrepreneurial product mgr/biz-dev killer 4 a location based service.... pre-launch, BIG equity, big peeps involved--ANY TIPS??"*

மென்பொருளை தயாரிப்பதற்கான ப்ரோகிராமர்கள் வேலைக்கு எடுக்கப்பட்டு கிராட் கேம்பின் யோசனைக்கான செயல்வடிவம் கொடுக்கப்பட்டது. கேம்ப், ஸ்மார்ட்போன்களை குறிவைத்திருந்தாலும் தொடக்கக்கட்ட ஊபர் சேவை இணைய தளம் *(ubercab.com)* வழியாக வழங்கப்பட்டது.

சான்பிரான்சிஸ்கோ பகுதி முழுவதும் சுற்றி அலைந்து கேப் ஓட்டுனர்களை தங்களுடைய இணைய சேவையில் இணைந்துகொள்ள அழைப்பு விடுக்கும் வேலை கேம்பிடம்

ஒப்படைக்கப்பட்டது. பிறகு நூற்றுக்கணக்கில் ஆப்பிள் ஐபோன்கள் வாங்கப்பட்டு அதில் ஊபர் ஆப் இன்ஸ்டால் செய்யப்பட்டு கேப் ஓட்டுனர்களுக்கு இலவசமாக வழங்கப்பட்டது. ஐபோன் வாங்கும் ஓட்டுனர்களிடம் வைக்கப்பட்ட ஒரே நிபந்தனை ஊபர் ஆப்பை அவர்கள் பயன்படுத்துவதுடன் மற்ற கேப் ஓட்டுனர்களிடமும் அது குறித்த அறிமுகத்தை செய்யவேண்டும் என்பது.

இங்கே ஒன்றை முக்கியமாக கவனித்தாக வேண்டும். கேம்ப் அனுகிய ஓட்டுனர்களும், ஊபர் நிறுவனத்திற்கு வந்து இலவசமாக ஐபோன்களை வாங்கி சென்ற ஓட்டுனர்களும் தனியார்கள். அதாவது சான்பிரான்சிஸ்கோவில் ஓடிக்கொண்டிருந்த டாக்சி கூட்டமைப்பின் டாக்சிக்களை ஓட்டிய ஓட்டுனர்கள் அல்ல அவர்கள். பல வருடங்களாக எத்தகைய மாற்றமும் இல்லாமல் வழமையில் ஊறிக்கிடந்த சான்பிரான்சிஸ்கோ டாக்சி கூட்டமைப்பிற்கு ஊபர் வடிவத்தில் எப்படியான பாதிப்பு வந்துக்கொண்டிருக்கிறது என்பது தெரியாமலேயே போய்விட்டது.

ஓட்டையும் உடைசலுமாக, சுத்தத்தைப் பற்றிய அதிக அக்கரை ஏதுமில்லாமல் ஓடிக்கொண்டிருந்த டாக்சி கூட்டமைப்பின் டாக்சிகளுக்கு மத்தியில் ஊபர் ஆப்பை பயன்படுத்திய கேப்கள் படு சுத்தமாகவும், குறித்த நேரத்தில் கனக் கச்சிதமாக வந்து நின்றதும், கேப் எங்கே இருக்கிறது எத்தனை மணிக்குள் வாடிக்கையாளரை வந்தடையும் என்கிற விளக்கப்படமும் அதை பயன்படுத்த தொடங்கிய சான்பிரான்சிஸ்கோ வாசிகளை அசரடிக்கத் தொடங்கியது.

வாடிக்கையாளர்களுக்கு ஊபர் கேபை பயன்படுத்த தேவைப்பட்டதெல்லாம் ஐபோனும் ஊபர் ஆப்பும் மாத்திரமே. வாய் வழி விளம்பரம் சூடு பிடிக்க சான்பிரான்சிஸ்கோ டெக் பத்திரிக்கைகளும் ஊபர் குறித்த கட்டுரைகளை வெளியிட்டன. டெக்கிரன்ச் *(TechCrunch)* பத்திரிக்கையின் புகழ்பெற்ற கட்டுரையாளர் ஆரிங்கடன் பின்வருமாறு தன்னுடைய கட்டுரையில் குறிப்பிட்டார்:

"Choose your car, driver and price and get exactly what you pay for....... Help break the back of the taxi medallion evil empire." (உங்கள் காரை, ஓட்டுனரை, கட்டணத்தை தேர்வு செய்யுங்கள். நீங்கள் கொடுக்கும்

கட்டணத்திற்கு ஏற்ற சேவையை பெறுங்கள்.........டாக்சி கூட்டமைப்பின் முதுகெலும்பை முறிக்க உதவுங்கள்)

மாறி வரும் தொழில் நுட்ப வளர்ச்சிகளுக்கு ஏற்ப நம்முடைய சிந்தனை முறைகளையும், செயல்பாடுகளையும் நாம் மாற்றிக்கொள்ளவில்லை என்றால் நம்முடைய முதுகெலும்புகளும் நாளை முறிக்கப்படலாம். பழமையான சிந்தனை போக்குகளும், தொழில் நுட்பங்கள் ஏற்படுத்திக்கொடுக்கும் வாய்ப்புகளை அடையாளம் காண முடியாத மந்த தன்மையும் நம்மை கரை சேர்க்க போவதில்லை என்பதையும் நாம் உள்வாங்கிக்கொள்ள வேண்டியிருக்கிறது.

இந்த இடத்தில் கேம்பின் கேப் சர்வீஸ் யோசனையை சாத்தியப்படுத்திய தொழில்நுட்ங்களை குறித்த அறிமுகத்தை செய்துக்கொள்வது கட்டாயமாகிறது. ஸ்மார்ட்போன்கள் *(Smartphones)*, தகவல் சீராய்வு *(data analysis)* மற்றும் நிரல் ஜீ.பி.எஸ் *(real-time GPS)*. இவைதான் ஊபர் மற்றும் ஓலா போன்ற கேப் சர்வீஸ் ஆப்களின் பின்னணியில் இயங்கும் தொழில்நுட்பங்கள். மூன்று வெவ்வேறு தொழில்நுட்பங்களையும் தன்னுடைய தேவைக்காக (டாக்சி பயணம்) ஒன்றிணைத்த இடத்திலிருக்கிறது கேம்பின் கற்பனையும் மாற்றி யோசிக்கும் சாமாரத்தியமும்.

இந்த மூன்று தொழில்நுட்பங்களையும் ஒற்றை ஆப்புக்குள் கொண்டு வந்த கேம்பின் கற்பனை இன்றைய பொதுப்போக்குவரத்தின் முகத்தை கொஞ்சம் கொஞ்சமாக மாற்றிக்கொண்டிருக்கிறது. நீங்களும் நானும் அடடே வசதியாதானே இருக்கு என்று பயன்படுத்த தொடங்கிவிட்டோம். ஆயிரக் கணக்கில் புதிய வேலை வாய்ப்பையும் (ஓட்டுனர்) உருவாக்கியிருக்கிறதுதானே. இப்போது வரை எல்லாம் சுபமபாகத்தான் தெரிகிறது. ஆகட்டும். இனி ஊபரின் எதிர்கால தொழில் நுட்ப அறிமுகங்களை குறித்து பார்ப்போம்.

ஊபர்புட் *(UberFood)*, ஊபர்பைக் *(UberBike)*, ஊபர்பிரைட் *(UberFeight)*, தானியங்கி கார்கள் *(Self-Driving Cars)*, பறக்கும் டாக்சிகள் *(Flying Cars)*, பேருந்துகள், டிரெயின்கள் என்று அதன் எதிர்கால பொது போக்குவரத்திற்கான சேவை பட்டியல் நீண்டுக்கொண்டே

போகிறது. இதில் ஊபர்புட், ஊபர்பைக் மற்றும் ஊபர்பிரைட் போன்ற சேவைகள் ஏற்கனவே வழக்கில் இருக்கின்றன. மூன்றே மூன்று டிஜிட்டல் தொழில்நுட்பங்களின் கலவை, ஒரே ஒரு கற்பனை தீப்பொறி ஒட்டுமொத்த பொதுப்போக்குவரத்து மற்றும் சரக்கு போக்குவரத்தின் முகத்தையே மாற்றியமைத்துக்கொண்டிருக்கிறது ஊபர்.

ஊபர்பிரைட், சரக்கு போக்குவரத்திற்கான ஆப். இது தற்போது அமெரிக்காவில் மாத்திரம் நடைமுறையில் இருக்கிறது என்றாலும் அடுத்த ஒரு சில ஆண்டுகளில் இந்தியாவிலும் இதை எதிர்பார்க்கலாம். லாரி ஓட்டுனர்களையும் தொழிற்சாலைகளையும் நேரடியாக இணைக்கும் ஆப் இது. சரக்கு போக்குவரத்தில் இடைத்தரகர்கள் அடிக்கும் கமிஷனை இந்த ஆப் முற்றிலும் இல்லாமல் ஆக்கிவிடும் என்கிறது ஊபர்.

சிறப்பு. லாரி ஓட்டுனர்களும், உற்பத்தியாளர்களும் இடைத்தரகர்கள் இல்லாமல் நேரடியாக சரக்கு போக்குவரத்தில் ஈடுபடும்போது சரக்கு போக்குவரத்திற்கான கட்டணங்கள் கணிசமாக குறைந்துவிடும் (இடைத்தரக கமிஷன் இல்லாமல் போய்விடுவதால்). இது சரக்கின் விற்பனை விலையிலும் எதிரொலிக்கும்போது பொருட்களின் விலையும் குறையும். இருமடங்கு சிறப்பு. காரை வாங்கிப்போட்டு ஊபரில் இணைந்து ஓட்டி பொருளீட்டுவதைப்போன்று இனி லாரிகளையும் வாங்கிப்போட்டு ஊபர்பிரைட்டில் இணைத்து பொருளீட்டலாம்.

ஆனால் ஊபர் உருவாக்கும் ஓட்டுனர் வேலை வாய்ப்பு (கார் மற்றும் லாரி) என்பது குறைந்தபட்சம் 2020 வரைக்குமே செல்லுபடியாக கூடியதாக இருக்கும். அதன் பிறகு?

அதன் பிறகு, தானியங்கி கார்களும், லாரிகளும், டிரக்குகளும் பொதுப்போக்குவரத்திற்கு வந்துவிடும். தானியங்கி என்றால் ஓட்டுனர் என்று பெயருக்கு கூட யாருமில்லாமல் கார்களும், லாரிகளும், டிரக்குகளும் தானாகவே சாலைகளில் ஓடும், நிற்கும். கேப் சர்வீஸ் ஆப்கள் இடைத்தரக வேலை வாய்ப்பை இல்லாமல் ஆக்கியதைப்போன்று தானியங்கி வாகனங்கள் ஓட்டுனர்களை வீட்டில் உட்கார வைத்துவிடும். போய்யா யோவ். நடக்கற கதைய

பேசுய்யான்னா என்று அலட்சியப்படுத்துவதாக இருந்தால் மேற்கொண்டு வாசிக்கவும்.

ஊபர், 2016-ல் ஓட்டோ (*Otto*) என்கிற நிறுவனத்தை வாங்கியது. தானியங்கி டிரக்குகளை (*Self-driving Trucks*) தயாரிப்பதை நோக்கமாக கொண்டது ஓட்டோ நிறுவனம். அமெரிக்காவின் அரிசோனா மாகாணத்தில் 2017 தொடங்கி தானியங்கி ஓட்டோ டிரக்குகளை சோதனை ஓட்டமாக சரக்கு போக்குவரத்தில் பயன்படுத்திக்கொண்டிருக்கிறது ஊபர்.

(இந்த லிங்கை கிளிக் செய்து ஓட்டோவின் தானியங்கி டிரக் குறித்த காணொலியை காணவும்...... https://www.youtube.com/watch?v=bK76W1kH4jA)

மூன்றே மூன்று தொழில் நுட்பங்களையும் ஸ்மார்ட்போன் ஆப்பையும் வைத்துக்கொண்டு 2009-ல் கார் புக் செய்யும் டெக் நிறுவனமாக தொடங்கப்பட்ட ஊபர் அடுத்த 8 வருடங்களில் கனரக வாகனத் தயாரிப்பு தொழிலிலும் காலடி வைத்துவிட்டது. அதிலும் தானியங்கி கனரக வாகனத் தயாரிப்பில். வாகனத் தயாரிப்பில் நூற்றாண்டு கால அனுபவமும், பெரும் மூலதன பலமும் கொண்ட வழமையான வாகனத் தயாரிப்பு நிறுவனங்களால் கூட தானியங்கி வாகனத் தயாரிப்பில் அவ்வளவு எளிதாக ஈடுபட முடியவில்லை என்பது தற்போதைய நிதர்சன உண்மை.

ஆக தானியங்கி வாகனங்கள், சாமானிய தொழிலாளர்களுக்கு மாத்திரமல்ல பெரும் மூலதனங்களையும் தொழிற்சாலை உள்கட்டமைப்புக்களையும் கொண்ட வழமையான வாகனத் தயாரிப்பு நிறுவனங்களுக்கும் கூட பெரும் சவாலாகத்தான் இருக்கப்போகிறது.

தானியங்கி டிரக் தயாரிப்பில் ஊபர் மாத்திரமே நுழைந்திருக்கவில்லை. மேலும் சில டெக் நிறுவனங்களும் தானியங்கி டிரக் தயாரிப்பில் ஈடுபட்டிருக்கின்றன. நன்றாக கவனிக்கவும் இவை டெக் நிறுவனங்கள். வழமையான வாகனத் தயாரிப்பு நிறுவனங்கள் அல்ல. கூகுள் (*Google*), டெஸ்லா (*Tesla*), எம்பார்க் (*Embark*), டூசிம்பிள் (*TuSimple*), ஸ்டார்ஸ்கி ரோபாட்டிக்ஸ்

(Starsky Robotics), காச்சி. ஏஐ *(Kache.ai)*, வேய்மோ *(Waymo)* போன்றவை இதில் குறிப்பிடத்தக்கவை.

டூசிம்பிள் தானியங்கி டிரக் தயாரிப்பு நிறுவனத்திற்கு பின்னால் இருப்பவை நிவிடியா *(Nvidia)* மற்றும் சீனா கார்ப் *(Sina Corp)*, இரண்டுமே கணினி துறை சார்ந்த டெக் நிறுவனங்கள்.

மேலேக் குறிப்பிடப்பட்டிருக்கும் அனைத்து நிறுவனங்களும் முழுக்க முழுக்க டெக் நிறுவனங்களின் பின்புலங்களை கொண்டவை. இதிலிருந்து நாம் பெறும் முக்கிய தகவல், வாகன உற்பத்தி தொழில் என்பது இனியும் வழமையான வாகன உற்பத்தி முறைகளை சார்த்திருக்கப்போவதில்லை என்பது. வழமையான வாகன உற்பத்தி நிறுவனங்களுக்கு முன்னால் எழுந்து நிற்கும் மிகப் பெரிய சவால் இது.

தானியங்கி வாகன உற்பத்தியில் ஈடுபட்டிருக்கும் டெக் நிறுவனங்களை குறித்து விருவாக பார்ப்பதற்கு முன்பாக ஊபர்ஏர் *(UberAir)* குறித்து பார்த்துவிடும். ஊபருடன் போட்டியில் இருக்கும் வேறு எந்த ஒரு கேர்சர்வீஸ் நிறுவனமோ அல்லது டெக் நிறுவனமோ தங்களுடைய எதிர்கால செயல் திட்டத்தில் வைத்திராத தொழில் நுட்பம் ஏர் டாக்சி *(Air Taxy)*.

இந்த திட்டத்திற்கு ஊபர் வைத்திருக்கும் பெயர் ஊபர் ஏலவேட் *(Uber Elevate)*. இந்த திட்டத்திற்கென்றே பிரத்தியேகமாக விமானங்களை வடிவமைத்து தயாரிக்கவும் செய்கிறது ஊபர். விமானங்களை மாத்திரமல்ல இந்த விமானங்கள் புறப்படுவதற்கும் தரை இறங்குவதற்குமான உள்கட்டமைப்புகளையும் சேர்த்தே இந்த திட்டம் வடிவமைக்கப்படுகிறது.

ஊபரின் விமானங்கள், நாம் வழமையாக பார்க்கும் விமான நிலையங்களில் இருந்தோ அல்லது விமான நிலையங்களின் ஓடுதலங்களிலிருந்தோ புறப்பட அல்லது தரையிறங்கப்போவதில்லை. காரணம் ஊபரின் விமானங்கள் நின்ற இடத்திலிருந்து செங்குத்தாக கிளம்பி (ராக்கெட்கள் கிளம்புவதைப்போன்று) வானில் பறந்து இறங்க வேண்டிய இடத்தில் செங்குத்தாகவே தரையிறங்கும்படி

வடிவமைக்கப்பட்டவை. விமானங்கள் செங்குத்தாக கிளம்பி செங்குத்தாக தரையிறங்கும் தொழில்நுட்பத்திற்கு வைக்கப்பட்டிருக்கும் பெயர் எலெக்டிரிக் வெர்ட்டிக்கல் டேக்காப் அன்ட் லாண்டிங் *(Electric Vertical Takeoff and Landing - eVTOL).*

இந்த தொழில் நுட்பத்தை அடிப்படையாக கொண்ட ஊபருக்கான விமானங்களை, நாசாவில் பணி செய்த பொறியாளர்கள் உட்பட ஐந்து விமான தயாரிப்பு நிறுவனங்கள் உற்பத்தி செய்து தருகின்றன. இதில் அமெரிக்காவின் முன்னணி விமான உற்பத்தி நிறுவனமான போயிங்கும் அடக்கம். கடந்த நூறு ஆண்டுகளாக பொது போக்குவரத்திற்கு தேவையான கார்களையும், டிரக்குகளையும், பஸ்களையும் தயாரித்து வரும் வழமையான வாகன உற்பத்தி நிறுவனங்கள் கனவில் கூட நினைத்துப் பார்த்திராத ஒரு விசயத்தை ஊபர் சர்வ சாதாரணமாக செய்துக்கொண்டிருக்கிறது.

வழமையான வாகன உற்பத்தி நிறுவனங்களுக்கு முன்பாக இருக்கும் சவால் எவ்வளவு பெரியது என்பது புரிகிறதுதானே.

தன்னுடைய விமானங்கள் புறப்படுவதற்கும் இறங்குவதற்குமான தளங்களை ஸ்கைபோர்ட்ஸ் *(Skyports)* என்று அழைக்கிறது ஊபர். நகரில் இருக்கும் உயரமான கட்டிடங்களின் மீது இந்த தளங்களை அமைக்கவிருக்கிறது ஊபர். அமெரிக்காவில் அமைத்துக்கொண்டுமிருக்கிறது. அடுத்த ஆண்டு *(2020)* ஊபர்ஏர் அமெரிக்காவில் சோதனை ஓட்டத்தை நிகழ்த்த இருக்கிறது. ஒரு பைலட் மற்றும் நான்கு பயணிகள் இதில் பயணிக்க முடியும்.

இப்போது நாம் கேப்களை புக் செய்யும் அதே நடைமுறைதான் ஊபர்ஏருக்கும். என்ன ஒரு வித்தியாசமென்றால் ஊபர் விமானங்கள் உங்கள் வீட்டு மொட்டை மாடிக்கு வராது. நீங்கள்தான் ஸ்கைபோர்ட்ஸ்க்கு செல்ல வேண்டும். ஊபர்ஏர் சேவையை பயன்படுத்த மேலும் பல ஆண்டுகளுக்கு நீங்கள் காத்திருக்கவேண்டிய அவசியமேயில்லை.

டெல்லி, மும்பாய் மற்றும் பெங்களூரில் ஊபர்ஏர் சர்வீஸ் *2023*-ல் இருந்து செயல்பட இருக்கிறது. தொடக்க நிலையில் கிலோமீட்டருக்கு ரூ. *300* இருக்கலாம் என்றும் இது போகப்

போக கிலோ மீட்டருக்கு ரூ. 50 வரை குறைக்கப்படும் என்றும் தெரிவிக்கப்பட்டிருக்கிறது. இதிலும் தானியங்கி விமானங்களை பயன்படுத்தும் திட்டத்தை வைத்திருக்கிறது ஊபர்.

தொடக்கத்தில் விமானிகளை கொண்டு தங்களின் ஊபர்ஏர் விமானங்களை பறக்க வைத்து தரவுகளை *(data)* சேகரித்துவிட்டு, சேகரித்த தகவல்களை கொண்டு தங்களுடைய விமானங்களில் பொருத்தப்பட்டிருக்கும் ஆர்டிபிஷியல் இண்டலிஜன்ஸ் ப்ரோகிராம்களை பயிற்றுவித்து தானியங்கியாக விமானங்களை பறக்கவிடும் திட்டமும் படிப்படியாக செயல்படுத்தப்படும் என்று ஊபர் அறிவித்திருக்கிறது.

கற்பனை செய்வதற்கே தலை சுற்றுகிறதா பொறுங்கள். ஊபர்ஏர் சர்வீசின் தொழில் நுட்ப புரட்சிகள் இத்துடன் நிற்கவில்லை. வழமையான விமான போக்குவரத்தில் கிரவுண்ட் சப்போர்ட் என்று ஒரு குழு இருக்கும். வானிலும் ஓடுதளத்திலும் விமானங்களின் போக்குவரத்து நெரிசலை கட்டுப்படுத்தும் குழு இது. ஊபர்ஏர் இந்த குழுவையும் தன்னுடைய விமான சேவையில் இல்லாமல் ஆக்கப்போகிறது. அப்படியென்றால் வானில் ஊபர்ஏர் விமானங்களின் போக்குவரத்து நெரிசலை யார் கட்டுப்படுத்துவார்கள்?

உங்களின் கேள்வி நியாயமானதுதான். இதற்கான விடை ஏலவேட் கிளவுட் சர்வீசஸ் *(Elevate Cloud Services - ECS)*. ஊபருக்கு சொந்தமான சர்வர்களில் (கிளவுட்) இருந்து இயங்கும் ஆர்டிபிஷியல் இண்டலிஜன்ஸ் மென்பொருடங்கள் இந்த வேலையை பார்க்க இருக்கிறது. விமான போக்குவரத்தில் ஈடுப்பட்டிருக்கும் நிறுவனங்களுக்குமே கூட தலை சுற்றும் சங்கதி இது.

ஏர் டாக்சி சந்தையில் ஊபர் மாத்திரம் தனிக்காட்டு இராஜாவாக நிற்கவில்லை. மேலும் இரண்டு நிறுவனங்களும் ஏர் டாக்சி சந்தையை பிடிக்க வேலை செய்துக்கொண்டிருக்கிறது. அவை லிலியம் *(Lilium Aviation)* மற்றும் வோலோகாப்டர் *(Volocopter)*. வோலோகாப்டர் ஹெலிகாப்டர் டாக்சி சேவையை கொடுக்க இருக்கிறது. லிலியம், ஜெட் விமானங்களின் வேக தொழில் நுட்பத்தை தன்னுடைய விமான டாக்சியில் கொண்டு வருகிறது.

விமான டாக்சியிலும் டெக் நிறுவனங்களின் ஆதிக்கம்தான். சீனாவை சேர்ந்த இணைய தொழில் நுட்ப பெரு நிறுவனமான டென்செண்ட் *(Tencent)*, கோடிகளில் லிலியம் நிறுவனத்தில் முதலீடு செய்திருக்கிறது. இன்டல் *(Intel)* வோலோகாப்டர் பங்குதாரர்களில் ஒன்றாக இருக்கிறது.

கார்களையும் லாரிகளையும் தயாரிக்கும் நிறுவனங்கள் மாத்திரமல்ல விமானங்களை தயாரிக்கும் நிறுவனங்களும் கூட சிக்கலுக்கு உள்ளாகி இருக்கின்றன. விமானப் போக்குவரத்து தொழிலில் ஈடுபட்டிருக்கும் நிறுவனங்களுக்கும் கூட இது பெரும் சவாலாக மாற இருக்கிறது. நிறுவனங்களுக்கு சிக்கல் என்றால் அதன் ஊழியர்களுக்கும் சிக்கல்தானே.

தரை வழி, வான் வழி என்று இரண்டிலும் கால் வைத்துவிட்ட ஊபர் கடல் வழியை மாத்திரம் விட்டுவிடுமா என்ன. கரையை ஒட்டிய கடல் பகுதிகளில் பயணிகளை ஓரிடத்திலிருந்து மற்றொரு இடத்திற்கு கொண்டு செல்லும் ஊபர்போட் *(UberBoat)* சேவையையும் அறிமுகப்படுத்தியிருக்கிறது ஊபர். மும்பையில் இது நடைமுறையிலும் இருக்கிறது. இப்போதைக்கு இதில் தானியங்கி போட்களை பயன்படுத்தும் திட்டம் இருப்பதாக ஊபர் அறிவிக்கவில்லை என்றாலும் எதிர்காலத்தில் இதிலும் தானியங்கி போட்கள் கொண்டுவரப்படலாம். அந்த போட்களை ஊபரே தயாரிக்கவும் செய்யலாம்.

பங்கீட்டு பயணம் – ஷேர்டு மோபிலிட்டி

பொதுப்போக்குவரத்து முறையை அடியோடு மாற்றியமைக்கும் சக்திக்கொண்டது ஷேர்டு மோபிலிட்டி *(Shared Mobility).* இனி வாகனங்கள் (இரு சக்கர வாகனங்கள், கார்கள் மற்றும் லாரிகள்) தனி நபர்களுடைய தனி உடமை பொருட்களாக இருக்கப்போவதில்லை. இனி அவை சமூக அந்தஸ்த்திற்கான அடையாளங்களாக இருக்கப்போவதுமில்லை. டூ-வீலர் காதலர்களையும், கார் காதலர்களையும் அறியவகை மனித இனமாகவும் இது மாற்றிவிடும்.

சுருங்கச் சொன்னால் இனி உங்கள் கார்கள் உங்களுடையதாக இருக்கப்போவதில்லை. அவை பொது சொத்தாக இருக்கப்போகிறது பங்கீட்டு பயண போக்குவரத்து முறையில். மேலும் உங்களுக்கென்று நீங்கள் தனியாக கார்களை வாங்க வேண்டும் என்கிற அவசியமுமில்லை. ஆனால் நீங்கள் விருப்பப்பட்ட நேரத்தில், உங்களுக்கு தேவையான நேரத்தில் உங்கள் முன்பாக ஒரு கார் நிற்கும். உங்கள் பயணத்தை முடித்துவிட்டு அந்த காரை நீங்கள் அனுப்பிவைத்துவிடலாம்.

அதிலும் அந்த கார்கள் அடுத்த ஐந்து அல்லது பத்தாண்டுகளில் தானியங்கி கார்களாகவும் மாறிவிடும். அதாவது ஆர்டிபிஷியல் இண்டலிஜன்ஸ் ஓட்டும் கார்களாக அவை இருக்கும். உங்களுக்கு கார் ஓட்ட தெரிந்திருக்கவேண்டும் என்கிற அவசியமுமில்லை. உங்களிடம் வாகனம் ஓட்டுவதற்கான உரிமம் (லைசன்ஸ்) இருந்தாகவேண்டும் என்கிற கட்டாயமும் இருக்கப்போவதில்லை. கார் ஓட்டத் தெரியாமல் ஓட்டுனர்களை (ஆக்டிங் டிரைவர்ஸ்) தேடியலைய வேண்டிய கஷ்டமும் இருக்காது.

தனியாகவோஅல்லது நண்பர்களுடனோஅல்லது குடும்பத்துடனோ காரை வரவழைத்து காரில் ஏறினோமா பயணத்தை முடித்தோமா வீட்டில் இறங்கினோமா காரை அனுப்பிவைத்தோமா என்று வாழ்க்கை மாறிவிடும். உங்கள் பயணத்தை முடித்து நீங்கள் அனுப்பி

வைக்கும் கார் உங்கள் தெருவின் ஒரு குறிப்பிட்ட பார்க்கிங் பகுதிக்கு சென்று தானாகவே பார்க்கிங் செய்துக்கொள்ளும். இதற்கான தனித் தன்மையான பார்க்கிங் தளங்கள் இனி உங்கள் தெருவிலும் கட்டடப்பட இருக்கிறது.

அந்த பார்க்கிங் தளங்களில் நீங்கள் அனுப்பிவைக்கும் (அவை எலெக்டிரிக் கார்களாகத்தான் இருக்கப்போகிறது) சும்மா தூங்கிக்கொண்டிருக்காது. உங்கள் தெருவில் இருக்கும் மற்றொருவரோ அல்லது உங்கள் பக்கத்து வீட்டுக்காரரோ அவசரமாக மளிகை பொருட்கள் வாங்க சூப்பர் மார்கெட்ட செல்ல நினைத்தால், நீங்கள் அனுப்பிவைத்த கார் உடனடியாக அவர் வீட்டிற்கு முன்பாக போய் நின்றுவிடும். அவர் தன்னுடைய வேலைகளை முடித்துவிட்டு வீட்டிற்கு வந்ததும் உங்களைப் போன்றே அந்த காரை திருப்பி அனுப்பிவிடுவார்.

கார் பார்க்கிங் தளத்திற்கு வந்துவிடும். உங்கள் தெருவில் இருக்கும் வேறு யாருக்கும் அப்போதைக்கு காரின் அவசியமில்லை என்றால் கார் தனக்கான ஜார்ஜிங் வேலையை தொடங்கிவிடும். அதுவும் தானாகவே. திடீரென்று உங்கள் பகுதியில் மின்சாரம் இல்லாமல் போய்விடுகிறது என்றால் அதை தானாகவே உணரும் தானியங்கி கார்கள் தங்களுடைய பேட்டரியில் சேமித்து வைத்திருக்கும் தேவைக்கு அதிகமான மின்சாரத்தை உங்கள் பகுதிக்கு வினியோகம் செய்யும். மீண்டும் மின்சாரம் வரும்வரை.

உங்கள் பகுதியில் மொத்தமாக நூறு குடும்பங்கள் வசிக்கிறது என்றால் உங்கள் பகுதிக்கு பத்து அல்லது பதினைந்து கார்கள் போதுமானது. காரை வைத்துக்கொண்டு அதை பராமரிக்க என்று மாத மாதம் ஒரு பெரும் தொகையை அழவேண்டிய தொல்லையும் இருக்கப்போவதில்லை. வீட்டில் இடமில்லாமல் கார்களை தெருவில் பார்க்கும் செய்யும் தொல்லையும் இருக்கப்போவதில்லை.

இதைத் தவிர போட்களும் *(Pods)* உங்கள் பகுதியில் சுற்றிக்கொண்டிருக்கும். இவைகளும் தானியங்கிகள்தான். ஆர்டிபிஷியல் இண்டலிஜன்ஸ்தான் இவைகளையும் கட்டுப்படுத்தும். விளங்கும்படி சொல்வதென்றால் நாம் இப்போது

பார்க்கும் ஆட்டோக்கள்தான் இந்த எதிர்கால போட்கள். ஆட்டோ ஓட்டும் தொழிலில் இருப்பவர்கள் இப்போதிலிருந்தே தங்களுடைய மாற்று தொழில் வாய்ப்புகளை குறித்து சிந்திக்கத் தொடங்கிவிடுவது நல்லது.

இப்போது ஷேர் ஆட்டோவில் செல்வது போலவே இந்த போட்களிலும் பல பயணிகள் பயணிப்பார்கள்.
(இப்போது வழக்கிலிருக்கும் போட்களை குறித்து காண இந்த லிங்கை கிளிக் செய்யவும்: *https://www.youtube.com/watch?v=mnu2nO3pxNk*)

அது சரி என் பகுதியில் வசிக்கும் அனைவருக்கும் பொதுவாக இருக்கப்போகும்இந்ததானியங்கிகார்கள்யாருக்கு சொந்தமானதாக இருக்கும்? அல்லது என் பகுதியில் இருக்கும் யார் இந்த கார்களை வாங்கி எங்களுடைய பயன்பாட்டிற்காக தரப் போவது யார்? அல்லது எங்கள் பகுதியில் உள்ள அனைவரும் ஒன்று சேர்ந்து ஆளுக்கு கொஞ்சம் பணம் போட்டு இந்த தானியங்கி கார்களை வாங்கும்படி இருக்குமா? என்பது போன்ற அடுக்கடுக்கான கேள்விகள் உங்களுக்குள் இந்நேரம் எழுந்திருக்கும்.

இந்த தானியங்கி கார்களை நீங்களும் வாங்கப்போவதில்லை, உங்கள் பகுதியில் இருக்கும் எந்த ஒரு நபரும் மொத்த பணத்தையும் போட்டு இந்த கார்களை உங்கள் பகுதிக்கென்று வாங்கிக்கொடுக்கப் போவதுமில்லை. இந்த கார்கள் கேப் சர்வீஸ் நிறுவனங்களுக்கு சொந்தமான கார்களாக இருக்கும். இந்த கார்களை உங்கள் தேவைகளுக்கு பயன்படுத்திக்கொள்ள அந்த கேப் சர்வீஸ் நிறுவனங்கள் நிர்ணயிக்கும் குறிப்பிட்ட கட்டணத்தை மாத மாதம் நீங்கள் செலுத்துவீர்கள்.

இந்த திட்டத்தை செயல்படுத்துவதில்தான் ஊபர் தீவிரமாக வேலை செய்துக்கொண்டிருக்கிறது. இதிலும் ஊபருக்கு போட்டிகள் இல்லாமல் இல்லை.

தானியங்கி மற்றும் எலெக்டிரிக் கார் தொழில் நுட்பங்களை விட பங்கீட்டு பயணத் தொழில் நுட்பம்தான் வழமையான வாகனத் தயாரிப்பு நிறுவனங்களின் வயிற்றில் பலமாக புளியை

கரைக்கிறது. அனைவருக்கும் கார் அல்லது இரு சக்கர வாகம் என்கிற அடிப்படையில் இயங்கிக்கொண்டிருப்பவை வழமையான வாகன தயாரிப்பு நிறுவனங்கள். ஒரு ஊரில் நூறு குடும்பங்கள் இருக்கிறதென்றால், குடும்பத்திலுள்ள ஒவ்வொருவருக்கும் ஒரு வாகனம் என்கிற இலக்குடன்தான் வாகனங்கள் தயாரிக்கப்பட்டுக்கொண்டிருக்கிறது.

இந்த இலக்கே இதுவரை வாகன தயாரிப்பு நிறுவனங்களுக்கான இலாபமீட்டும் வழியாகவும் இருக்கிறது. ஆனால் பங்கீட்டு பயணத் தொழில் நுட்பம் நூறு குடும்பங்களுக்கும் சேர்த்து மொத்தமாக இருபது வாகனங்களே போதுமானது என்று வாகனங்களின் எண்ணிக்கை அடிமாட்டு நிலைக்கு குறைத்துவிடுவதால் வாகனத் தயாரிப்பு என்பது ஏறக் குறைய முடங்கும் நிலைக்கு சென்றுவிடும். நாளொன்றுக்கு தொடர்ச்சியாக ஆயிரக்கணக்கில் கார்களை உற்பத்தி செய்யும் தொழிற்சாலையில் மாதமொன்றுக்கு சில நூறு எண்ணிக்கையில் கார்களை தயாரித்தாலே போதும் என்பது முதலுக்கே மோசம் செய்யும் செயலாகிவிடும்.

மேலும் உடமை உணர்வு *(ownership)* என்பதும் வாடிக்கையாளர் தொடர்பு *(customer relationship)* என்பதும் வழமையான வாகனத் தயாரிப்பு நிறுவனங்களுடைய தொழில் அடிப்படைகளில் மிக முக்கியமானவை. வாடிக்கையாளர்களுக்கு ஏற்படும் வாகனத்தை சொந்தமாக வைத்திருக்கிறோம் என்கிற உடமை உணர்வும், இந்த நிறுவனத்தினுடைய வாகனங்களை நம்பி வாங்கலாம் என்கிற வாடிக்கையாளர் தொடர்புமே மேலும் பல புதிய வாடிக்கையாளர்களை வாகனங்களை வாங்க தூண்டும்.

வாகனங்களை மக்கள் சொந்தமாக வைத்திருக்க தேவையில்லை அதே சமயத்தில் அவர்கள் நினைத்த நேரத்தில் வாகனங்கள் அவர்களுடைய தேவைக்கு கிடைக்கும் என்கிற நிலை வரும்போது அது வாகனங்களின் மீதான உடமை உணர்வை முற்றிலும் இல்லாமல் செய்துவிடுவதுடன் வாகனங்களின் மீதான மக்களின் ஈர்ப்பையும் குறைத்துவிடும்.

வாகனங்கள் நமக்கு சேவை செய்வதற்கானவை மாத்திரமே நமக்கான உடமை பொருட்கள் அல்ல அவை என்கிற மனநிலைக்கு

மக்கள் வந்துவிடுவார்கள். வாகனத் தயாரிப்பு நிறுவனங்களின் தலையில் கை வைக்கும் சங்கதி இது. மக்களுக்கும் வாகனத் தயாரிப்பு நிறுவனங்களுக்குமான தொடர்பு துண்டிக்கப்பட்டுவிடும். மக்களுக்காக வாகனங்களை தயாரிக்காமல் கேப் சர்வீஸ் வசதியை தரக் கூடிய டெக் நிறுவனங்களுக்காக வாகனங்களை தயாரிக்கும் நிலைக்கு வாகனத் தயாரிப்பு நிறுவனங்கள் தள்ளப்படும்.

ஊபர் போன்ற கேப் சர்வீஸ் டெக் நிறுவனங்களின் வரையறை அல்லது தொழில் நுட்ப வழிகாட்டுதலின் படியே வாகனங்களை தயாரிக்கும் நிர்பந்தத்திற்கும் வாகனத் தயாரிப்பு நிறுவனங்கள் உள்ளாக வேண்டியிருக்கும். வேறு வார்த்தைகளில் சொல்வதென்றால், வாகனத் தயாரிப்பில் கேப் சர்வீஸ் டெக் நிறுவனங்கள் வைப்பதே சட்டம் என்கிற நிலைக்கு வழமையான வாகனத் தயாரிப்பு நிறுவனங்கள் தள்ளப்படும்.

இன்றைய நிலையில் வழமையான வாகனத் தயாரிப்பு நிறுவனங்களுக்கு முன்பு இரண்டு வழிகள்தான் இருக்கிறது. ஒன்று, தங்களுடைய ரிசர்ச் & டெவலப்மெண்ட், வாகன வடிவமைப்பு துறை, மேலாண்மை துறை, தயாரிப்பு நிர்வாக துறை என்று அனைத்தையும் இழுத்து மூடி விட்டு ஊபர் போன்ற டெக் நிறுவனங்கள் தரக் கூடிய வாகன ப்ளூ பிரிண்டுகளுக்கு ஏற்ப வாகனங்களை தயாரித்து கொடுப்பது. இது ஏறக்குறைய லேத்து பட்டறையில் இரும்படிக்கும் செயலுக்கு ஒப்பானது. வாகனத் தயாரிப்பு தொழிற்சாலைகள் லேத்து பட்டறைகள் என்கிற நிலைக்கு போகவேண்டியதுதான்.

இரண்டாவது, ஊபர் போன்ற டெக் நிறுவனங்களுக்கு இணையாக கேப் சர்வீஸ் சேவையை வாகனத் தயாரிப்பு நிறுவனங்களே நேரடியாக கையிலெடுத்து நடத்துவது. அதாவது வாகனங்களை தயாரிப்பதுடன் பங்கீட்டு போக்குவரத்து முறையில் தயாரித்த வாகனங்களை கொண்டு மக்களுக்கு கேப் சர்வீசை வழங்குவது. (மக்களிடம் நேரடியாக வாகனங்களை விற்பனை செய்யாமல்).

முதலாவது வழி – அதாவது டெக் நிறுவனங்களின் ப்ளூ பிரிண்டுகளுக்கு ஏற்ப வாகனங்களை தயாரித்து கொடுப்பது மானப் பிரச்சனை. வாகனத் தயாரிப்பு நிறுவனங்கள், டெக் நிறுவனங்களின்

கான்டிராக்டர்கள் என்கிற நிலையை எந்த ஒரு பெரும் வாகனத் தயாரிப்பு நிறுவனமும் நிச்சயம் ஏற்காது. அதே சமயத்தில் இரண்டாவது வழியான டெக் நிறுவனங்களுக்கு இணையான கேப் சர்வீஸ் தொழில் நுட்பத்தை குறைந்த கால இடைவெளியில் வளர்த்தெடுப்பது என்பது நிச்சயம் முடியாத காரியம்.

உண்மை நிலை என்னவென்றால், இதுவரையில் (அதாவது 2000 ஆண்டுவரை) உலகளவில் பொருளாதார பலத்தில் இரண்டாவது இடத்திலிருந்த வாகனத் தயாரிப்பு நிறுவனங்கள் (முதலாவது இடத்தில் இருந்தது எண்ணெய் தயாரிப்பு நிறுவனங்கள்) தற்போது மூன்றாம் இடத்திற்கு தள்ளப்பட்டுவிட்டது. தற்போது இரண்டாம் இடத்திலிருப்பவை டெக் நிறுவனங்கள் (கூகுள், அமேசான், மைக்கிரோசாப்ட், ஆப்பிள் மற்றும் சீனாவை சேர்ந்த சில டெக் நிறுவனங்களும் இதில் அடக்கம்).

தாங்கள் ஈட்டும் பெரும் இலாபங்களை இந்த டெக் நிறுவனங்கள், கேப் சர்வீஸ், தானியங்கி மற்றும் எலெக்டிரிக் வாகன தயாரிப்பு தொழிலில்தான் பெருமளவில் முதலீடு செய்துக்கொண்டிருக்கின்றன. டெக் நிறுவனங்களின் முதலீடுகளுக்கு முன்பாக வழமையான வாகன தயாரிப்பு நிறுவனங்களின் முதலீடுகள் என்பது சிறு பிள்ளை விளையாட்டுத்தான்.

ஆக பெரும் முதலீடுகளுடன் தங்களுடைய கைகளில் இருக்கும் தானியங்கி மற்றும் எலெக்டிரிக் வாகனத் தொழில் நுட்பங்களை அடுத்த கட்டத்திற்கு டெக் நிறுவனங்கள் எடுத்து செல்லும் வேகத்திற்கு முன்பாக வழமையான வாகனத் தயாரிப்பு நிறுவனங்களால் நிச்சயம் தாக்குப் பிடிக்க முடியாது. இதை அவையும் நன்றாகவே அறிந்துவைத்திருக்கின்றன.

இதன் அடிப்படையில் மூன்றாவதாக ஒரு வழியை வழமையான வாகனத் தயாரிப்பு நிறுவனங்கள் செயல்படுத்த தொடங்கியிருக்கின்றன. அது, கேப் சர்வீஸ், தானியங்கி மற்றும் எலெக்டிரிக் வாகனத் தயாரிப்பு சோதனை முயற்சிகளில் ஈடுபட்டிருக்கும் சிறு நிறுவனங்களை (ஸ்டார்ட் அப்ஸ் – *Start-ups*) வாங்கிப்போடுவது.

இந்த நடவடிக்கையில் படுவேகத்தில் செயல்பட்டுக்கொண்டிருக்கும் குறிப்பிடத்தக்க வாகனத் தயாரிப்பு நிறுவனங்கள்; ஜிஎம் *(General Motors)*, பி.எம்.டபிள்யூ *(BMW)*, டைம்லர் *(Daimler)* மற்றும் டோயோட்டா *(Toyota)*.

ஜிஎம் வாங்கிப்போட்டிருக்கும் க்ரூயிஸ் ஆட்டோமேஷன் *(Cruise Automation)* தானியங்கி கார் தொழில் நுட்பத்தில் முன்னிலையில் இருக்கும் மூன்று டெக் நிறுவனங்களில் இரண்டாம் இடத்தில் இருக்கும் நிறுவனம். இதே தொழில் நுட்பத்தில் நான்காம் இடத்திலிருக்கும் டெக் நிறுவனமான ஆர்கோ ஏஐ *(Argo AI)* வாங்கிப்போட்டிருப்பது போர்டும் வோல்ஸ்வோகனும் *(Ford & Volkswagen)*.

டோயோட்டா கேப் சர்வீஸ் நிறுவனங்களான ஊபர், கிராப் மற்றும் கெட்டரவுண்டில் *(Getaround)* பங்குகள் அடிப்படையில் பெரும் முதலீடுகளை செய்திருக்கிறது. டைம்லரும் *(Daimler)* கேப் சர்வீஸ் நிறுவனங்களில் முதலீடுகளை செலுத்திக்கொண்டிருக்கிறது.

பி.எம்.டபிள்யூ, ஐவென்சூர்ஸ் *(BMW iVentures)* என்கிற பெயரில் டெக் நிறுவன முதலீடுகளுக்கு என்றே தனியான துறை ஒன்றை தொடங்கியிருக்கிறது. தானியங்கி கார் தொழில் நுட்பம், கேப் சர்வீஸ், எலெக்டிரிக் வாகன தொழில் நுட்பம், ஆர்டிபிஷியல் இண்டலிஜன்ஸ் என்று பல டெக் நிறுவனங்களை வாங்கிப்போட்டுக் கொண்டிருக்கிறது.

வாகனத் தயாரிப்பு நிறுவனங்கள் முதல் கட்டமாக பங்கீட்டு போக்குவரத்து முறை கொண்டு வர இருக்கும் சவாலை சமாளிக்க தயாராகிவிட்டன. ஆனால் மக்கள்?

மின்சார கட்டணம், கேஸ் கட்டணம், குடிநீர் கட்டண வரிசையில் கார் கட்டணத்தையும் இனி மாத மாதம் தனியாக எடுத்து வைத்துவிடுங்கள். இனி வரும் நாட்களில் போக்குவரத்திற்கான கட்டணமாக நீங்கள் செலுத்தயிருக்கும் பணம் யாருடைய பைகளுக்கு போகப்போகிறது என்பதும் இந்நேரம் உங்களுக்கு புரிந்திருக்கும்தானே.

எதிர்கால போக்குவரத்து முறையை மாற்றியமைக்கும் போட்டியின் முதல் மற்றும் முக்கிய கட்டமான பங்கீட்டு போக்குவரத்து (கேப் சர்வீஸ்) குறித்து பார்த்துவிட்டோம். இனி போட்டியின் இரண்டாம் கட்டத்தை பார்ப்போம்.

அது தானியங்கி வாகன உற்பத்தி தொழில் நுட்பம். இதை குறித்து பார்ப்பதற்கு முன்பாக இந்திய ஆட்டோமோபைல் துறையின் வரலாற்றை கொஞ்சம் பார்த்துவிடுவோம்.

இந்திய ஆட்டோமோபைல் வரலாறு

இனி வரும் நாட்களில், வாகன உற்பத்தி தொழிலில் நிகழ இருக்கும் புரட்டிப்போடக் கூடிய மாற்றங்களையும் புதுமைகளையும் குறித்து பார்ப்பதற்கு முன்பாக இந்திய வாகன உற்பத்தி தொழில் கடந்து வந்த பாதையை பார்த்துவிடுவது சிறப்பாக இருக்கும் என்று கருதுகிறேன். ஏன்? வர இருக்கும் மாற்றங்களின் வீரியத்தை புரிந்துகொள்ள இது உதவியாக இருக்கும் என்பதால்.

இந்த புத்தகம் முழுவதும் முதன்மையாக நான்கு சக்கர வாகன உற்பத்தி தொழிலில் (கார், பஸ் மற்றும் டிரக் போன்றவை) நிகழயிருக்கும் மாற்றங்களை குறித்து பார்க்க இருப்பதால் அதன் வரலாற்று அடிச்சுவடுகளை மாத்திரம் கணக்கில் எடுத்துக்கொள்வோம். இந்தியாவின் முதல் கார் அன்றைய மதராஸ் மாகாண சென்னைப்பட்டிண மவுன் ரோட்டில் ஓடியதாக பதிவுகள் இருக்கின்றன.

இரயில் போக்குவரத்திற்கான (1840-களில்) சோதனையோட்டமும் முதன் முதலில் சென்னைப்பட்டிணத்திலேயே நிகழ்த்தப்பட்டது. அதை தொடர்ந்து 1894-ம் ஆண்டில் மவுன் ரோட்டில் கார் பயணம் ஒன்று நிகழ்த்தப்பட்டது பதிவு செய்யப்பட்டிருக்கிறது. காருக்கு சொந்தக்காரர் யார் என்பது குறித்த மேலதிக தகவல்கள் பதிவு செய்யப்படவில்லை.

சென்னைப்பட்டிண மவுன் ரோட்டில் இயங்கிய பல பெரும் ஆங்கிலேய வணிக நிறுவனங்களின் தலைமை பொறுப்புக்களில் இருந்த ஆங்கிலேயர்கள் தங்களின் சொந்த பயன்பாட்டிற்கென்று ஐரோப்பா மற்றும் அமெரிக்காவிலிருந்து கார்களை இறக்குமதி செய்திருக்கிறார்கள். இருபதாம் நூற்றாண்டின் தொடக்க ஆண்டு (1901) தொடங்கி இவர்கள் அன்றாடம் பயன்படுத்திய கார்கள் குறித்த தகவல்களை காண முடிகிறது.

பாரி & கோ *(Parry & Co.)* நிறுவனத்தின் இயக்குனர் யோர்க், தன்னுடைய இருப்பிடமான அடையாறு பென்ஸ் கார்டனிலிருந்து அலுவலகம் அமைந்திருந்த பாரிமுனைக்கு தினமும் காரில் சென்று வந்திருக்கிறார். இந்தியாவின் முதல் (தென்னிந்தியா) பதிவு செய்யப்பட்ட காராக அறியப்படுவது *MC-1.* அன்றைய மெட்ராஸ் ரெயில்வே போர்டின் செயலாளராக இருந்த ப்ரான்சிஸ் ஸ்பிரிங்கினுடையது. அடுத்தது *MC-3,* இந்த கார் கட்டிட ஒப்பந்ததாரராக இருந்த நம்பெருமால் செட்டியினுடையது.

இவை அங்கொன்றும் இங்கொன்றுமாக பதிவு செய்யப்பட்ட எழுத்துக்களில் இருந்து கிடைத்த தகவல்கள். இவை போக சென்னைப்பட்டிணத்தில் வசித்த பல ஆங்கிலேயர்களும், ஐரோப்பியர்களும், உள்ளூர் பெரும் செல்வந்தர்களும் நிச்சயம் கார்களை வாங்கிப் பயன்படுத்தியிருப்பார்கள் என்று துணிந்து கூறலாம். இப்படி துணியக் காரணம் சென்னைப்பட்டிணத்தில் இயங்கிய பல ஆங்கிலேய வணிக நிறுவனங்கள் கார்களை விற்பனை செய்வதை பெரும் தொழிலாக நடத்தியிருப்பது.

அடிசன் & கோ *(messrs. Addison & Co., ltd.)* நிறுவனம், *1904* தொடங்கி சென்னைப்பட்டிணத்தில் கார்களை விற்பனை செய்திருக்கிறது. மிதி வண்டி (சைக்கிள்) விற்பனையில் பெயர் பெற்றிருந்த இந்த நிறுவனம் கார் விற்பனையையும் தொடங்கியது. பல கார் தயாரிப்பு நிறுவனங்களை சேர்ந்த *12*-க்கும் அதிகமான கார்கள் எப்போதும் காட்சிப்படுத்தப்பட்டிருக்கும் என்று எழுத்து பதிவுகள் சொல்கின்றன. டிரையம்ஸ் *(Triumphs),* ஹம்பர்ஸ் *(Humbers),* பி & எம் *(P. & M.)* மற்றும் சன்பீம்ஸ் *(Sunbeams)* போன்ற நிறுவன தயாரிப்பு கார்களை பிரதானமாக விற்பனை செய்திருக்கிறார்கள்.

கார் டயர்களை பழுது பார்க்கவும் *(Harvey Frost vulcanizing),* கார்களை பழுது பார்க்கவும் தனியாக தொழிற்சாலை ஒன்றையும் இந்த நிறுவனம் *1909*-ல் சென்னைப்பட்டிணத்தில் உருவாக்கியிருக்கிறது. இந்த தொழிற்சாலையில் சுமார் *600* தொழிலாளர்கள் வேலை செய்திருக்கிறார்கள். அன்றைய நாட்களில் கார்கள் உள்ளூரில் உற்பத்தி செய்யப்படாமல் ஐரோப்பா மற்றும் அமெரிக்காவிலிருந்து முழுதுமாக தயாரிக்கப்பட்டு இறக்குமதி செய்யப்பட்டதால் கார்களை பழுது பார்க்கும் வேலைகளை மாத்திரமே இந்த

தொழிற்சாலையில் செய்திருக்கிறார்கள். இந்த தொழிலாளர்களில் பெரும்பான்மையானவர்கள் ஐரோப்பியர்களே.

மெட்ராஸ் ஆட்டோமோபைல்ஸ் லிமிட்டட் *(The Madras Automobiles, Limited)* தென்னிந்தியாவின் மிகப் பெரும் கார் மற்றும் இரு சக்கர வாகன பழுது பார்க்கும் மற்றும் விற்பனை செய்யும் நிறுவனமாக இருந்திருக்கிறது. இதன் தொழிற்சாலையில் மின்சாரம் மூலம் இயங்கிய அன்றைய உயர் தொழில் நுட்ப இயந்திரங்கள் பயன்படுத்தப்பட்டிருக்கின்றன. இங்கிலாந்தை சேர்ந்த ஆஸ்டின் *(Austin)* மற்றும் வாக்ஸ்ஹால் *(Vauxhall)* கார்களையும் அமெரிக்காவை சேர்ந்த ஓவர்லேண்ட் *(Overland)* காரையும் இந்த நிறுவனம் சென்னைப்பட்டிணத்தில் விற்பனை செய்திருக்கிறது.

கார்கள் மற்றும் இரு சக்கர வாகனங்களுக்கு தேவையான டயர்களையும் இந்த நிறுவனம் விற்பனை செய்திருக்கிறது. இந்த நிறுவனம் விற்பனை செய்த கிளின்சர் டயர்கள் *(Clincher tyres* - இங்கிலாந்தை சேர்ந்த நார்த் பிரிட்டிஷ் ரப்பர் கம்பெனி தயாரிப்பு) அன்றைய தென்னிந்தியாவின் பெரும் வரவேற்பு பெற்ற டயர்களாக இருந்திருக்கிறது. இத்துடன் பெல்லாமி சாலிட் பேண்ட் டயர்ஸ் *(Bellamy solid band tyres)* பிராண்ட் டயர்களையும் விற்பனை செய்திருக்கிறார்கள்.

டிரான்ஸ்போர்ட்ஸ் லிமிட்டட் *(Transports Limited)* என்கிற மற்றொரு நிறுவனத்தையும் மெட்ராஸ் ஆட்டோமோபைல்ஸ் லிமிட்டட் நிர்வாகம் செய்திருக்கிறது. தென்னிந்திய கிராமங்கள் மற்றும் நகரங்களுக்கு ஏற்ப கனரக வாகனங்களை *(heavy vehicles)* உற்பத்தி செய்வது குறித்த ஆய்வுகளில் ஈடுப்பட்டிருந்த நிறுவனம் டிரான்ஸ்போர்ட்ஸ் லிமிட்டட்.

சென்னைப்பட்டிணத்தை சேர்ந்த இராஜா வேணுகோபால் பகதூருக்கு சொந்தமான மட்ராஸ் ஸ்டாபில் கம்பெனி *(The Madras Stable Company)* சற்று சுவாரசியமானது. தொடக்கத்தில், ஐரோப்பாவிலிருந்து குதிரைகளை இறக்குமதி செய்து உள்ளூர் சந்தைகளில் விற்பனை செய்து வந்த இந்த நிறுவனம் கார்களுக்குகான புதிய சந்தை வாய்ப்பை கண்டதும் ஐரோப்பா மற்றும் அமெரிக்காவிலிருந்து கார்களை இறக்குமதி செய்து

MADRAS AUTOMOBILES, LTD.

1. Exterior of Showroom 2. Interior of Showroom. 3. Exterior of Works.

Southern India Its History, People Commerce And Industrial Resources
என்கிற புத்தகத்திலிருந்து பெறப்பட்ட புகைப்படம்.

இந்த புத்தகத்தின் எழுத்தாளர்கள், பதிப்பாளர் மற்றும் புகைப்படக்காருக்கு நன்றிகள்

THE MADRAS STABLE COMPANY

MASSEY & CO., LTD.

SIMPSON & CO.

1. Cuddan Building—Simpson and Co.'s Showroom. 2. Entrance to Workshop. 3. A Corner of the Paint Shop

SIMPSON & CO

தன்னுடைய குதிரை லாயக் கட்டிடங்களில் விற்பனைக்கு அடுக்கிவிட்டது.

கிளமன்ட்-டால்போ *(Clement-Talbot)*, ஆல் டேஸ் *(All Days)*, சீசையர் *(Sizaire)*, அமெரிக்கன்மேக்ஸ்வெல் *(AmericanMaxwell)*, கம்மர் *(Commer)* மற்றும் பீகோட் *(Peugeot)* கார்களை இந்த நிறுவனம் விற்பனை செய்தது. விற்பனையோடு சேர்த்து கார்களை வாடகைக்கு விடும் தொழிலையும் இந்த நிறுவனம் செய்திருக்கிறது. இதற்கென்று பெங்களூர், திருச்சி, புதுக்கோட்டை மற்றும் கொடைக்கானல் ஆகிய இடங்களில் கிளை அலுவலகங்களையும் நடத்தியிருக்கிறது.

கார்களை பழுது பார்க்கும் தொழிற்சாலையையும் இந்த நிறுவனம் நடத்தியிருக்கிறது. உள்ளூர் தொழிலாளர்களை நிர்வாகம் செய்வதற்கென்று இங்கிலாந்திலிருந்து நான்கு மோட்டார் வாகன வல்லுநர்களையும் வரவழைத்து வேலையில் அமர்த்தியிருக்கிறது. இதன் தலைமை அலுவலகம் 17, மவுன்ட் ரோட், மெட்ராஸ் என்கிற முகவரியில் இயங்கியிருக்கிறது.

சென்னைப்பட்டிணத்தில் இயங்கிய மற்றொரு நிறுவனமான சிம்சன் & கோ *(Simpson & Co.)* இந்தியாவின் முதல் நீராவி காரை உருவாக்கியது. இந்த நிறுவனத்தை சேர்ந்த சாமுவேல் ஜான் கிரீன் இதை சாத்தியப்படுத்தினார். மதராசப்பட்டிணத்தில் ஒரு புதிய தொழில் துறை உருவாகியிருக்கிறது என்று அன்றைய நாளிதழ்கள் இந்த நிகழ்வை பதிவு செய்கின்றன. இந்திய வாடிக்கையாளர்களின் விருப்பத்திற்கு ஏற்ப கார்களுக்கு “பாடி *(body)*” கட்டும் தொழில் நுட்பத்தில் இந்த நிறுவனம் முன்னணியில் இருந்திருக்கிறது.

இதற்கென்று அன்றைய அதி நவீன இயந்திரங்களை கொண்ட தொழிற்சாலையையும் இது நடத்தியிருக்கிறது. டார்க் *(Darracq)*, ஹோல்ஸ்லி *(Wolseley)*, நேப்பியர் *(Napier)*, ஹாட்சிக்ஸ் *(Hotchkis)* மற்றும் ரோல்ஸ் ராய்ஸ் *(Rolls-Royce)* ஆகிய நிறுவனங்களின் ச்சேசிஸ் *(chassis)*-களை மாத்திரம் இறக்குமதி செய்து இந்திய வாடிக்கையாளர்களின் இரசனைகளுக்கு ஏற்ப கார்களுக்கு பாடி கட்டி விற்பனை செய்திருக்கிறது. ஒருவகையில் மதராசப்பட்டிணத்தில் இயங்கிய சிம்சன் & கோவை இந்தியாவின் முதல் கார் உற்பத்தி நிறுவனம் என்று கூறலாம்.

உதிரி பாக உற்பத்தி தொழிலில் முன்னிலையில் இருந்த நிறுவனம் மேசி & கோ *(Massey & Co)*. கோகரன் பேசின் சாலையில் அமைந்திருந்த இந்த நிறுவனத்திற்கு சொந்தமான நேப்பியர் இன்ஜினியரிங் & பவுண்டிரி வொர்க்ஸ் *(Napier Engineering and Foundry Works)* அனைத்து வாகன உதிரி பாகங்களையும் மற்ற தொழில் துறைகளுக்கு தேவையான உதிரி பாகங்களையும் உற்பத்தி செய்திருக்கிறது.

முதல் உலகப்போரின் முடிவிற்கு பிறகே அசம்பிலி லைன் *(Assembly Line)* உற்பத்தி முறையை அடிப்படையாக கொண்ட கார் உற்பத்தி தொழில் இந்தியாவிற்குள் நுழைகிறது. மும்பையில் *1928*-ல் நிறுவப்பட்ட ஜெனரல் மோட்டார்ஸ் இந்தியா *(General Motors India Ltd)* நிறுவனத்தின் தொழிற்சாலையில் கார்கள் மற்றும் டிரக்குகளுக்கான உற்பத்தி தொடங்கப்பட்டது.

அடுத்த இரண்டு வருடங்களில் *(1930-ல்)* போர்ட் மோட்டார் கம்பெனி ஆஃப் இந்தியா *(Ford Motor Co of India Ltd)* மெட்ராசில் வாகன உற்பத்தி தொழிற்சாலையை தொடங்கியது. அதற்கு அடுத்த வருடத்தில் மும்பையிலும் கல்கத்தாவிலும் தன்னுடைய கிளைகளை தொடங்கியது. அடிசன் & கோ *(Addison & Co Ltd)* நிறுவனம் கார் மற்றும் டிரக் உற்பத்திக்கான தொழிற்சாலையை *1936*-ல் மெட்ராசில் தொடங்கியது.

இதை தொடர்ந்து *1942*-ல் இந்துஸ்தான் மோட்டார்ஸ் லிமிட்டடும் *(Hindustan Motors Ltd.,* பிர்லா குழுமம்*)*, *1944*-ல் பிரிமியர் ஆட்டோமோபைல்ஸ் லிமிட்டட் *(Premier Automobiles Ltd.)* நிறுவனமும் உருவானது. இந்துஸ்தான் மோட்டார்ஸ் தொடக்கத்தில் மோரிஸ் ஆக்ஸ்போர்ட் *(Morris Oxford)* கார்களையும் பெட்போர்ட் டிரக்குகளையும் *(Bedford trucks)* உற்பத்தி செய்தது. மோரிஸ் ஆக்ஸ்போர்ட் வகை கார்களே பின்நாட்களில் *(1957-ல்)* அம்பாசிடர் கார்களாக அறிமுகமானது.

பிரிமியர் ஆட்டோமோபைல்ஸ் லிமிட்டட் தொடக்கத்தில், அமெரிக்காவின் கிரைஸ்லர் நிறுவன தயாரிப்புகளான டாட்ஜ் *(Dodge)*, டே சோட்டோ *(De Soto)* மற்றும் பிளைமோத் *(Plymouth)* கார்களை உற்பத்தி செய்தது. பின்னர் இத்தாலியின் பியட் *(Fiat)*

நிறுவனத்துடன் ஒப்பந்தம் செய்துகொண்டு பியட் வகை கார்களை உற்பத்தி செய்தது. சைக்கிள் ரிக்சாக்களுக்கு பதிலாக மூன்று சக்கர ஆட்டோக்களை தயாரிக்கும் திட்டத்தை பஜாஜ் ஆட்டோ *(Bajaj Auto)* நிறுவனம் *1947*-ல் முன்வைத்தது. பியாஜியோ *(Piaggio)* நிறுவன உரிமத்தின் அடிப்படையில் ஆட்டோக்களை தயாரிப்பது பஜாஜின் திட்டமாக இருந்தது.

அசோக் மோட்டார்ஸ் *(Ashok Motors,* தற்போது *Ashok Leyland) 1948*-ல் உருவானது. இங்கிலாந்தின் ஆஸ்டின் மோட்டார் கம்பெனியுடன் இணைந்து ஆஸ்டின் வகை கார்களை உற்பத்தி செய்யத் தொடங்கியது. இங்கிலாந்தின் லேலாண்ட் *(Leyland)* டிரக் கம்பெனிக்கும் அசோக் மோட்டார்சுக்கும் *1950*-ல் டிரக் தயாரிப்பு தொடர்பாக ஒப்பந்தம் போடப்பட்டது. இதுவே பின்னர் அசோக் லேலேண்ட் என்று பெயர் மாற்றம் பெறுவதற்கான தொடக்க புள்ளியாக அமைந்தது.

மெட்ராசை சேர்ந்த யூனியன் மோட்டார்ஸ் *(Union Motors)* நிறுவனம் இங்கிலாந்தை சேர்ந்த ஸ்டாண்டர்ட் மோட்டார் கம்பெனியுடன் *(Standard Motor Company)* இணைந்து *1948*-ல் ஸ்டாண்டர்ட் மோட்டார் ப்ரோடக்ட்ஸ் ஆப் இந்தியா *(Standard Motor Products of India Limited)* கம்பெனியை வண்டலூரில் நிறுவியது.

வாகன உற்பத்தி என்கிற புதிய மற்றும் மிகப் பெரும் தொழில் துறையை தொடங்கி வைத்த இந்த நிறுவனங்கள் பெரும்பான்மையாக *1940*-களிலேயே தோற்றம் பெற்றதால் *1940*-களின் காலக்கட்டம் இந்திய வாகன உற்பத்தி தொழில் வரலாற்றின் தொடக்கமாக கருதப்படுகிறது. இது பெரும்பான்மையாக நான்கு சக்கர வாகன உற்பத்தியை அடிப்படையாக கொண்டது.

இரு சக்கர மற்றும் மூன்று சக்கர வாகன உற்பத்தி பெருக்கம் *1960*-களுக்கு பிறகே தொடங்கியது. ஸ்கூட்டர் மற்றும் மொபட்களின் காலக்கட்டமாக இது கருதப்படுகிறது. இந்த காலக்கட்ட ஸ்கூட்டர் சந்தையில் முன்னணியில் இருந்த நிறுவனம் பஜாஸ் ஆட்டோஸ். எஸ்கோர்ட்ஸ் *(Escorts)*, ஐடியல் ஜாவா *(Ideal Jawa)*, மோப்பட்ஸ் இந்தியா லிமிட்டட் *(Mopeds India Ltd.)*, குவாலியர் *(SZUL Gwalior)*, பியர்ல் ஸ்கூட்டர்ஸ் லிமிட்டட் *(Pearl Scooters Ltd)* மற்றும் என்பீல்ட்

(Enfield) போன்ற நிறுவனங்களும் இந்திய சந்தைக்கு தேவையான ஸ்கூட்டர்களையும் மோபட்களையும் உற்பத்தி செய்தன.

இந்திய வாகன உற்பத்தி தொழில் வேகமெடுத்த காலக்கட்டமாக பார்க்கப்படுவது 1980-கள். வாகன உற்பத்தி தொழிலில் தாராளமயமாக்கல் 1980-களில் கொண்டுவரப்பட்டது. ஜப்பானை சேர்ந்த சுசுக்கி *(Suzuki)* நிறுவனம் இந்திய வாகன உற்பத்தி சந்தையில் நுழைந்தது. மாருத்தி உத்யோக் லிமிட்டட் *(Maruti Udyog Ltd.)* நிறுவனத்துடன் இணைந்த சுசுக்கி 1983-ல் மாருத்தி 800 *(Maruti 800)* வகை காரை சந்தையில் இறக்கியது. அடுத்த பத்தாண்டுகளுக்கு இந்திய கார் சந்தையின் அசைக்க முடியாத புதுமையாக இருந்தது இந்த வகை கார்.

தொழில் துறைக்கு *(Industrial Sector)* சாதகமான நடைமுறைகள் 1997-ல் கொண்டுவரப்பட்ட பின்பு இந்திய வாகன உற்பத்தி தொழில் அதன் உச்சக்கட்டத்தை நோக்கி நகர்ந்தது. பல வெளிநாட்டு வாகன உற்பத்தி நிறுவனங்கள் நேரடியாகவே தங்களுடைய தொழிற்சாலைகளை இந்தியாவில் நிறுவுவதற்கான வாய்ப்புகள் உண்டானது. டேவோ, பீகோட், ஜெனரல் மோட்டார்ஸ், மெர்சிடஸ் பென்ஸ், ஹோண்டா, ஹூண்டாய், டோயோட்டோ, மிட்சுபிசி, வோல்வோ மற்றும் பியட் என்று பல நிறுவனங்கள் தங்களுடைய வாகன உற்பத்திக்கான தொழிற்சாலைகளை நிறுவின.
இதில் ஹூண்டாய் நிறுவனம் 1998 செப்டம்பரில் அறிமுகப்படுத்திய சாண்டிரோ வகை கார் இந்திய கார் சந்தையில் பெரும் தாக்கத்தை ஏற்படுத்தியது. அது வரை சிறிய வகை கார்களின் சந்தையை தன் பிடியில் வைத்திருந்த மாருத்தி சாண்டிரோவிற்கு முன் தாக்குப்பிடிக்க முடியாமல் போனது. இதன் பிறகே வாகன உற்பத்தி தொழில் துறை நேரடியாக இலட்சக்கணக்கான வேலை வாய்ப்புகளை உருவாக்கியது. மேலும் உதிரி பாக உற்பத்தி தொழில் துறையின் மூலம் மறைமுகமாக பல இலட்சக்கணக்கான வேலை வாய்ப்புகளையும் உருவாக்கியது.

இந்தியாவின் மொத்த உள்நாட்டு உற்பத்தியில் 7.5% வாகன உற்பத்தி துறையிலிருந்து வருகிறது. உலக வாகன உற்பத்தி துறையில் நான்காவது இடத்தை பிடித்திருக்கிறது இந்திய வாகன உற்பத்தி துறை. இதெல்லாம் கடந்த கால மற்றும் இன்றைய

நிலை. இனி வரும் நாட்களில் இந்திய வாகன உற்பத்தி துறையும் அதை சார்ந்திருக்கும் பல கோடிக் கணக்கான தொழிலாளர்களும் எத்தகைய மாற்றங்களை சந்திக்க இருக்கிறார்கள்? பார்ப்போம்.

தானியங்கி கார்கள் – பழிவாங்கல்

தானியங்கி கார் தயாரிப்பு தொழில் நுட்பத்தில் முதலிடத்தில் இருக்கும் டெக் நிறுவனம் வேய்மோ *(Waymo)*. கூகுளுக்கு *(Alphabet - ஆல்பாபெட் என்பது கூகுளின் தலைமை நிறுவனம்)* சொந்தமானது வேய்மோ. அதாவது கூகுள் வாங்கிப்போட்ட டெக் நிறுவனங்களில் *(ஸ்டார்ட்டப்)* இதுவும் ஒன்று. இந்த வருடம் *(2019)* நவம்பர் முதல் வேய்மோவின் தானியங்கி கார்கள் அமெரிக்க மக்களின் *(குறிப்பிட்ட சில மாகாணங்களில் மட்டும்)* பயன்பாட்டிற்கு என்று விற்பனைக்கு வந்திருக்கிறது. இதன் அறிமுகத்திற்கு பிறகு கூகுளின் பங்கு சந்தை பதிப்பு மேலும் உயர்ந்திருப்பது வேறு கதை.

இதன் மூலம் எதிர்கால பொதுப் போக்குவரத்தை ஒற்றை ஆளாக கட்டுப்படுத்துவதற்கான போட்டியின் முதல் சுற்றில் வெற்றியை தட்டியிருப்பது கூகுள். வேய்மோவின் தானியங்கி காருக்கு போட்டியாக உடனடியாக தங்களுடைய தானியங்கி கார்களையும் சந்தையில் இறக்கியே ஆக வேண்டிய நிர்பந்தம் இந்த போட்டியிலிருக்கும் மற்ற டெக் நிறுவனங்களுக்கு இப்போது ஏற்பட்டிருக்கிறது.

மிக முக்கியமாக ஊபருக்கு. ஆனால் ஊபர், இரண்டு வருடங்களுக்கு முன்பே *(அதாவது 2017-ல்)* வேய்மோவின் தானியங்கி கார் தொழில்நுட்ப இரகசியங்களை திருடிவிட்டது. இப்படித்தான் நீதிமன்றத்தில் வழக்கு தொடர்ந்து ஊபரை சந்தி சிரிக்க வைத்தது வேய்மோ. இந்த புத்தகத்தின் முதல் அத்தியாயத்தின் மூலம் நமக்கு முன்பே அறிமுகமாகியிருக்கும் டிராவிஸ் கலானிக் ஊபரின் தலைமைப் பதிவியை இழந்து ஊபரை விட்டு வெளியேறவும் காரணமாக இருந்தது வேய்மோவின் திருட்டு குற்றச்சாட்டு.

இதற்கு பின்னால் இருந்தது டெக் நிறுவனங்களுக்கு இடையிலான போட்டி, பொறாமை மற்றும் பழிவாங்கல் தன்மைகள். தொடக்க நாட்களில் கூகுள், ஊபர் நிறுவனத்திலும் தன்னுடைய முதலீடுகளை

செய்திருந்தது. அந்த வகையில் கூகுள் தங்களுடைய தொழிலை வேரோடு சாய்க்க கூடிய தானியங்கி கார் தயாரிப்பு தொழில் நுட்பத்தில் ஈடுபடாது என்கிற நம்பிக்கையிலிருந்த டிராவிஸ் கலானிக்கிற்கு பெரும் அதிர்ச்சியாக வந்து சேர்ந்தது கூகுள் 2014-ல் அறிமுகம் செய்த தானியங்கி கார்.

தானியங்கி கார்கள் தங்களுடைய நிறுவனத்திற்கான வரமும் அதே சமயத்தில் சாபமானதுமாக இருக்கும் என்பதை கலானிக் நன்றாகவே அறிந்திருந்தாலும் தானியங்கி கார் தொழில் நுட்பம் குறித்த எத்தகைய முன்னெடுப்பக்களையும் ஊபர் தொடக்கத்தில் செய்யவில்லை. மற்ற முன்னணி டெக் நிருவனங்களும் தானியங்கி கார் தயாரிப்பு தொழில் நுட்பத்தில் பின் தங்கியே இருந்ததால், தானியங்கி கார்கள் இப்போதைக்கு தங்களுக்கான பெரும் ஆபத்தானதாக இருக்காது என்று சற்றே அலட்சியமாக இருந்துவிட்டது ஊபர். இது 2014-களுக்கு முன்பான நாட்கள்.

அதே சமயத்தில் கூகுள் படு இரகசியமாக தானியங்கி கார் தயாரிக்கும் தொழில் நுட்பத்தில் ஈடுப்பட்டிருக்கிறது என்று சிலிக்கான் வேலியில் (Silicon Valley) அரசல் புரசலாக செய்திகள் உலவினாலும் கூகுள் தலைமை நிர்வாகிகள் அப்படியெல்லாம் ஒன்றுமில்லை என்று கலானிக்கை சமாதானம் செய்து வந்தார்கள். ஒருவகையில் கலானிக்கை ஏமாற்றி வந்தார்கள் என்று கூட சொல்லலாம்.

தானியங்கி கார்கள் தங்களுக்கான பெரும் பிரச்சனை என்பதையும் அதை தங்களுடைய நிறுவனத்தில் பங்குதாரராக இருக்கும் கூகுள் நிறுவனமே தயாரிப்பது தங்களின் முதுகில் குத்தம் செயல் என்பதை ஒவ்வொரு முறை அது குறித்த புரளிகள் வரும்போதும் கூகுளிடம் சொல்லியே வந்தார் கலானிக்.

இவ்வளவிற்கு பிறகும் கலானிக்கிற்கு தெரியாமல் தானியங்கி கார் தொழில் நுட்பத்தை வளர்தெடுத்த கூகுள், அப்படி உருவான கார் ஒன்றை கலானிக்கின் கண்களுக்கு முன்பாகவே மேடையில் வைத்து அறிமுகம் செய்தது கலானிக்கை கோபத்தின் உச்சிக்கே கொண்டு சென்றது. இந்த இடத்தில் தொடங்குகிறது கலானிக்கினுடைய பழிவாங்களுக்கான புள்ளி. இதற்கு அடுத்த வருடத்தில் – 2015 – கலானிக்கிற்கு அறிமுகமானது அந்தோனி லெவன்டோவிஸ்கி

(Anthony Levandowski). லெவன்டோவிஸ்கியை, கலானிக்கிற்கு முதலில் அறிமுகம் செய்தது கூகுளின் நிர்வாகிகளில் ஒருவரான செபாஸ்டியன் த்ரன். கூகுளின் நிறுவனர்களில் ஒருவரான லேரி பேஜ்ஜினுடைய *(Larry Page)* கனவுத் திட்டங்களில் ஒன்று தானியங்கி கார்கள். தானியங்கி விமானங்களும் கூட பேஜின் கனவுத் திட்ட பட்டியலில் உண்டு.

தன்னுடைய தானியங்கி கார் கனவை நினைவாக்க பேஜ் படு இரகசியமாக உருவாக்கிய தொழில் நுட்ப திட்டத்தின் பெயர் ப்ரோஜக்ட் கவுபிர் *(Project Chauffeur)*. சிலிக்கான் வேலியின் வெறு எந்த ஒரு டெக் நிறுவனமும் தானியங்கி கார் தொழில் நுட்பம் குறித்து பேசத் தொடங்குவதற்கு முன்பே பேஜ் இந்த திட்டத்தை தொடங்கி நடத்த தொடங்கியிருந்தார். இந்த தொழில் நுட்ப திட்டத்தை செயல்படுத்த உருவாக்கப்பட்ட குழுவின் மிக முக்கிய மென்பொருள் பொறியாளராக தேர்வு செய்யப்பட்டவர் லெவன்டோவிஸ்கி.

தன்னுடையதானியங்கிகார்தொழில்நுட்பத்தைநினைவாக்கிவிடக் கூடிய தொழில் திறமைப்படைத்த நம்பிக்கை நட்சத்திரமாக பேஜ், லெவன்டோவிஸ்கி பார்த்தார். ப்ரோஜக்ட் கவுபிர் பொறியாளர் குழுவிற்கு மாத மாதம் பல கோடிகளில் சம்பளம் கொட்டி கொடுக்கப்பட்டது. சுமார் பத்து வருடங்களுக்கும் மேலாக. பேஜ், தானியங்கி கார் தொழில் நுட்பத்தை முழுமையாக்க அதிக காலத்தை எடுத்துக்கொள்ள இது லெவன்டோவிஸ்கிக்கும் கடும் கடுப்பை கிளப்பியது.

தானியங்கி காரின் பாதுகாப்பு அம்சங்கள் குறித்து பேஜ் அதிக கவனம் எடுத்துக்கொண்டது அதை சோதனை ஓட்டம் (டெஸ்ட் டிரைவ்) செய்து பார்ப்பதில் அதிக காலதாமதங்களை ஏற்படுத்திக்கொண்டிருந்தது. பாதுகாப்பு அம்சங்களை குறித்து அதிகம் அலட்டிக்கொள்ளாமல் விரைவாக தானியங்கி காரை சோதனை ஓட்டம் செய்து பார்க்கவேண்டும் என்பதில் லெவன்டோவிஸ்கி குறியாக இருந்ததால் பேஜிற்கும் லெவன்டோவிஸ்கிக்கும் இடையே உரசல்கள் தொடங்கியது. இந்த நாட்களில்தான் கலானிக்கின் அறிமுகம் அவருக்கு கிடைத்தது. மாற்றான் தாய்க்கு பிறந்த என்னுடைய சகோதரன்

என்று லெவன்டோவிஸ்கியை குறித்து கலானிக் குறிப்பிடும் அளவிற்கு வெகு விரைவிலேயே இருவருக்கிடையிலும் நட்பு வளர்ந்துவிட்டது.

அறிமுகத்திற்கு பிறகு பகல் பொழுதில் கூகுளினுடைய ப்ரோஜக்ட் கவுபிர் வேலையில் கழிக்கும் லெவன்டோவிஸ்கி மாலைப் பொழுதுகளை கலானிக்குடன் கழிப்பதை வழக்கமாக்கிக்கொண்டார். இந்த சந்திப்பும் இரகசியமாகவே நிகழ்ந்துக்கொண்டிருந்தது. அவர்களுடைய மாலை வேலை சந்திப்புக்களின் முக்கிய பேசு பொருள் தானியங்கி வாகனங்கள்.

இதன் பிறகு லெவன்டோவிஸ்கி தன்னுடைய குழுவில் வேலை செய்துக்கொண்டிருந்த மற்ற கூகுள் பொறியாளர்களிடம் ஒரு புதிய நிறுவனம் தொடங்குவதற்கான திட்டத்தை குறித்து பேசத் தொடங்கினார். தானியங்கி டிரக்குகளை உருவாக்கும் நிறுவனமாக தான் தொடங்கப்போகும் நிறுவனம் இருக்கும் என்றும் அதற்கான பெயர் ஓட்டோ *(Otto)* என்றும் பேச்சினூடாக குறிப்பிடுவது லெவன்டோவிஸ்கி வழக்கமாகிப்போனது. சக பொறியாளர்கள் தன்னுடைய நிறுவனத்தில் தன்னுடன் இணைந்துகொள்ளலாம் என்றும் வலையை வீசி வைத்தார்.

இனி சரிப்படாது என்று கூறி ஜனவரி *2016*-ல் லெவன்டோவிஸ்கி கூகுள் வேலையை விட்டு வெளியேறினார். லெவன்டோவிஸ்கி வெளியேறியது பேஜிற்கு தனிப்பட்டமுறையில் பெரும் இழப்பாகிப்போனது. புண்ணின் மீது உப்பை தூவும் விதமாக லெவன்டோவிஸ்கியுடன் சேர்ந்து மேலும் சில பொறியாளர்களும் வேலையை விட்டு வெளியேறினார்கள். லெவன்டோவிஸ்கி தொடங்க இருக்கும் புதிய டெக் நிறுவனத்தில் இணைந்து வேலை செய்வதற்காக. இதில் முக்கியமானவர் லியர் ரான். லெவன்டோவிஸ்கி தொடங்க இருந்த புதிய நிறுவனத்தின் பங்குதாரராகவும் இவர் தன்னை இணைத்துக்கொண்டார்.

கூகுளின் மேப் மென்பொருளில் *(Google Map Software)* பல வருடங்கள் வேலை செய்த அனுபவத்தை தன்னுடன் எடுத்துக்கொண்டு ரான், லெவன்டோவிஸ்கியுடன் நடையை கட்டினார். கூகுள் வேலையை விட்ட அடுத்த ஐந்து மாதங்களில் *(மே, 2016)* லெவன்டோவிஸ்கி

தன்னுடைய ஓட்டோ டெக் நிறுவனத்தை தொடங்கினார். தொடங்கிய ஒரு மாதத்தில் தானியங்கி டிரக் ஒன்றை தயார் செய்து அதை சோதனை ஓட்டமும் செய்துக்காட்டினார். தன்னுடைய முக்கிய பொறியாளர் குழுவை இழந்திருந்த பேஜிற்கு, லெவன்டோவிஸ்கியின் இந்த நடவடிக்கை சந்தேகத்தை கிளப்பியது.

நிறுவனத்தை தொடங்கிய ஒரு மாதத்தில், புதிய தானியங்கி டிரக்கிற்கான தொழில் நுட்பங்களை தலை கீழாக நின்றாலும் உருவாக்கிவிட முடியாது என்பதை பல வருடங்கள் அதில் அனுபவம் கொண்ட பேஜ் உணர அதிக நேரம் பிடிக்கவில்லை. தன்னுடைய தானியங்கி கார் தொழில் நுட்பத்தை அப்படியே நகலெடுத்து லெவன்டோவிஸ்கி அவருடைய தானியங்கி டிரக் தொழில் நுட்பத்தில் பயன்படுத்தியிருக்கவேண்டும் என்கிற சந்தேகம் தட்டத் தொடங்கியது பேஜிற்கு.

பேஜின் சந்தேகத்தை உறுதி செய்வதைப்போல ஆகஸ்ட் 2016-ல் கலானிக் ஊபர் சார்பாக லெவன்டோவிஸ்கியின் ஓட்டோ நிறுவனத்தை வாங்கிப்போட்டார். தானியங்கி வாகனத் தயாரிப்பு தொழில் நுட்பம் அலுங்காமல் குலுங்காமல் கலானிக்கின் கைகளில். பேஜிற்கு என்ன நடந்திருக்கும் என்பது தெளிவாக புரிந்துவிட்டது.

தன்னிடம் வேலை செய்த லெவன்டோவிஸ்கி, தன்னுடைய தானியங்கி கார் தயாரிப்பு தொழில் நுட்ப இரகசியங்களை திருடி கலானிக்கிடம் விற்பனை செய்திருக்கிறார் என்பதும், கூகுள் வேலையை விட்டுவிட்டு நேரடியாக ஊபரில் போய் வேலைக்கு சேர்ந்தால் இந்த திருட்டுத்தனத்தை எளிதாக கண்டுப்பிடித்துவிடுவார்கள் என்பதற்காகவே ஓட்டோ என்கிற புதிய டெக் நிறுவன நாடகமாடப்பட்டிருக்கிறது என்பதும் பேஜிற்கு வெள்ளிடை மலையாக புரிந்துப்போனது.

பழிவாங்கல் எப்போதும் ருசிகரமானதுதானே. கூகுளின் தானியங்கி கார் தயாரிப்பு தொழில் நுட்பம் தொடர்பாக இரண்டு வருடங்களுக்கு முன்பு முதுகில் குத்து வாங்கிய கலானிக், இப்போது பதிலுக்கு கூகுளின் முதுகில் குத்திவிட்டார். லெவன்டோவிஸ்கி கூகுளில் வேலை செய்துக்கொண்டிருக்கும்போது மாலை

வேலைகளில் கலானிக்கை வந்து சந்தித்துக்கொண்டிருந்த நாட்களில் இந்த பழிவாங்கல் திட்டத்தை இருவரும் சேர்ந்து உருவாக்கினார்களா என்பது குறித்த உறுதியான ஆதாரங்கள் இதுவரை வெளிப்படவில்லை.

கூகுளின் தானியங்கி கார் தயாரிப்பு தொழில் நுட்ப இரகசியங்களை தான் திருடவில்லை என்பதே இப்போது வரை லெவன்டோவிஸ்கியின் நீதிமன்ற வாதமாக இருந்துவருகிறது.

ஊபர், லெவன்டோவிஸ்கியின் ஓட்டோ நிறுவனத்தை வாங்கியிருக்கிறது என்பதைஅறிந்ததும்தன்னுடையசந்தேகங்களை உறுதி செய்துக்கொள்ள பேஜ் போரான்சிக் விசாரணைக்கு ஏற்பாடு செய்தார். லெவன்டோவிஸ்கி பயன்படுத்திய அலுவலக அறையும், அலுவலக லேப்டாப்பும் போரான்சிக் புலன் விசாரணைக்கு உட்படுத்தப்பட்டது.

கூகுள் வேலையை விட்டு செல்வதற்கு ஒரு சில வாரங்களுக்கு முன்பாக அலுவலக லேப்டாப் மூலம் கூகுளின் மைய சர்வரிலிருந்து தானியங்கி கார் தயாரிப்பு தொழில் நுட்ப இரகசியங்கள் அடங்கிய சுமார் 14,000 முக்கிய ஆவணங்களை (சுமார் 9 ஜீபி அளவிலான தொழில் நுட்ப இரகசிய ஆவணங்கள்) லெவன்டோவிஸ்கி பதிவிறக்கியிருப்பது விசாரணையின் முடிவில் தெரியவந்தது. அலுவலக லேப்டாப்பில் பதிவிறக்கிய இரகசிய ஆவணங்களை தன்னுடைய பென் டிரைவில் காப்பி செய்துக்கொண்ட பிறகு அலுவலக லேப்டாப்பின் ஹார்ட் டிரைவை முழுவதுமாக அழித்துவிட்டு அதில் புதிதாக ஆப்பரேட்டிங் சிஸ்டத்தை லெவன்டோவிஸ்கி இன்ஸ்டால் செய்திருப்பதும் கண்டுபிடிக்கப்பட்டது.

லெவன்டோவிஸ்கியுடன் வேலையை விட்டு வெளியேறிய மற்ற பொறியாளர்களும் தானியங்கி கார் தயாரிப்பு தொழில் நுட்பம் தொடர்பாக கூகுளின் சர்வரிலிருந்து பல முக்கிய இரகசியங்களை திருடியிருப்பதும் கண்டுபிடிக்கப்பட்டது. அதில் தானியங்கி கார் உற்பத்திக்கான உதரி பாகங்களை கூகுளுக்கு சப்ளை செய்த நிறுவனங்களின் தகவல்களும் அடங்கும். கூகுள் படு இரகசியமாக காத்துவந்த தொழில் நுட்ப தகவல்கள் இவை.

லெவன்டோவிஸ்கியின் பங்குதாரரான லயர் ரான் ஒருபடி மேலேப்போய் கூகுளின் சர்வரிலிருந்து தன்னுடைய அலுவலக லேப்டாப்பிற்கு இரகசியங்களை பதிவிறக்கி பென் டிரைவில் காப்பி செய்துக்கொண்ட பிறகு, லேப்டாப்பில் பதிவிறக்கப்பட்ட இரகசிய தகவல்களை யாரும் கண்டுபிடித்துவிட முடியாதபடி நிரந்தரமாக அழிப்பது எப்படி என்று கூகுளிலேயே சர்ச் செய்து பார்த்திருப்பதும் கண்டுபிடிக்கப்பட்டது. கூகுளின் விரலை கொண்டு கூகுளின் கண்களிலேயே குத்துவதற்கு வழி பார்த்திருக்கிறார் லயர் ரான்.

இந்த போரன்சிக் விசாரணைகள் ஒருபுறம் நடந்துக்கொண்டிருக்க பிப்ரவரி 2017 வாக்கில் வேய்மோ நிறுவன ஊழியர்களில் ஒருவருக்கு ஒரு மின்னஞ்சல் வந்திருந்தது. ஓட்டோ நிறுவன ஊழியர்களுக்கு சீசீ போடப்பட்டிருந்த அந்த மின்னஞ்சல் வேய்மோ நிறுவன ஊழியருக்கும் வந்திருந்தது. மின்னஞ்சல் வந்திருந்தது கூகுளின் தானியங்கி கார் தயாரிப்பு உதரி பாக நிறுவனங்கள் ஒன்றிடமிருந்து. தானியங்கி கார் தயாரிப்பின் முக்கிய உதரி பாகமான லைடார் (Lidar) குறித்த ஸ்கீமாட்டிக் வரைப்படத்தை உள்ளடக்கமாக கொண்ட மின்னஞ்சல் அது.

தன்னுடைய உதரி பாக சப்ளையருக்கு ஓட்டோ நிறுவன ஊழியர்களுடன் என்ன வேலை என்று கூகுள் விசாரணையில் இறங்க, தன்னுடைய உதரி பாக சப்ளையர் ஓட்டோ நிறுவனத்திற்கும் அதே உதரி பாகத்தை சப்ளை செய்திருக்கிறார் என்பதை கூகுள் கண்டுபிடித்தது. அந்த உதிரி பாக நிறுவன ஊழியர்கள் ஓட்டோ நிறுவனத்திற்கு படு இரகசியமாக அனுப்ப வேண்டிய மின்னஞ்சலில் பழக்க தோசம் காரணமாக வேய்மோ நிறுவன ஊழியரின் மின்னஞ்சலுக்கும் சீசீ போட்டுவிட்டிருக்கிறார்கள்.

கலானிக்கும் லெவன்டோவிஸ்கியும் கையும் களவுமாக மாட்டிக்கொண்டுவிட்டார்கள். வேய்மோ, ஊபர் மீதும் ஓட்டோ நிறுவனம் மீதும் நீதிமன்றத்தில் வழக்கு தொடர்ந்தது. ஊபரும் ஓட்டோவும் தங்களுடைய தானியங்கி கார் தயாரிப்பு தொழில்நுட்ப இரகசியங்களையும் வணிக இரகசியங்களையும் திருடிவிட்டார்கள் என்று. இதில் முக்கிய குற்றவாளியாக சேர்க்கப்பட்டது லெவன்டோவிஸ்கி.

கோடிகளில் நஷ்ட ஈடு கொடுக்க வேண்டும் என்பதுடன் தங்களிடமிருந்து திருடிய தானியங்கி கார் தொழில் நுட்பத்தை எந்த நிலையிலும் ஊபர் பயன்படுத்தக் கூடாது என்றும் தன்னுடைய வழக்கில் கோரியது வேய்மோ. இதில் விசேசமாக பார்க்கப்பட்டது கூகுள் தான் பங்குதாரராக (ஊபர்) இருக்கும் நிறுவனமிடமிருந்தே நஷ்ட ஈட்டை கேட்டதுதான். ஊபருக்கான மிகப் பெரிய அடியாக அமைந்தது இது. ஊபரைவிட கலானிக்கிற்கு தனிப்பட்ட முறையில் இது பெரும் அடி.

லெவன்டோவிஸ்கி உடனடியாக ஊபரை விட்டு வெளியேற்றப்பட்டார். இது ஒரு கண் துடைப்பு மாத்திரமே. கூகுளிடமிருந்து திருடிய தானியங்கி கார் தயாரிப்பு தொழில் நுட்பத்தை தாங்கள் எந்த நிலையிலும் பயன்படுத்த மாட்டோம் என்று ஊபர் பேச்சுக்கு கூறினாலும் தொடர்ந்து அந்த தொழில் நுட்பத்தை பயன்படுத்தி அது தானியங்கி கார்களையும் டிரக்குகளையும் தயாரித்து சோதனை முயற்ச்சியில் ஈடுப்பட்டுக்கொண்டுதானிருக்கிறது.

இந்த பழிவாங்கலுக்கு பிறகு கலானிக் மற்றொரு அடாத செயலையும் செய்துவிட ஓட்டுமொத்தமாக ஊபரை விட்டு வெளியேற்றப்பட்டார். தன்னுடைய ஆப்பை பயன்படுத்தி வீடு திரும்பும் சமயம் ஒன்றின் போது கேப் ஓட்டுனருடன் ஏற்பட்ட வாக்குவாதம் மொத்தமாக கலானிக்கின் கதையை முடித்து வைத்துவிட்டது.

சவாரிகளுக்கான கட்டணங்களை தொடர்ந்து குறைப்பதாலும், நிலையாக வைத்திருக்காமல் அடிக்கடி மாற்றிக்கொண்டேயிருப்பதாலும் தன்னை போன்ற கேப் ஓட்டுனர்கள் பெரும் நஷ்டத்தை சந்திக்க வேண்டியிருக்கிறது என்றும் எவ்வளவு கடுமையாக உழைத்தாலும் நஷ்டம்தான் மிஞ்சுகிறது என்றும் இதனால் தான் ஓட்டாண்டியாக (பேங்க் ரப்ட்) ஆகிவிட்டதாகவும் அந்த ஓட்டுனர் கலானிக்கின் முகத்திற்கு நேராக குற்றச்சாட்டை வைக்க, அதற்கு பதில் கூற முடியாத கலானிக், உருப்படாதவர்கள் தாங்கள் செய்யும் அனைத்து தவறுகளுக்கும் மற்றவர்களை பலிகடா ஆக்குவதே பிழைப்பாக போய்விட்டது என்று காட்டமாக பதில் கூறிவிட்டு வெளியேறுகிறார்.

(இந்த லிங்கை கிளிக் செய்து கலானிக்கிற்கும் ஊபர் ஓட்டுனருக்கும் இடையே நடந்த அந்த வாக்குவாத காணொலியை காணவும்; *https://www.youtube.com/watch?v=ejZL5Flwmjc*)

தானியங்கி கார் தொழில் நுட்பம் பெரும் டெக் நிறுவனங்களையும், அதை உருவாக்கியவர்களின் வாழ்க்கையை மாத்திரம் ஒரேயடியாக புரட்டிப்போடவில்லை. இது வரை வழக்கிலிருக்கும் பொதுப் போக்குவரத்தின் தன்மையையும் கூட அது ஒரேயடியாக புரட்டிப்போட இருக்கிறது. கோடிகளில் வேலை வாய்ப்புக்களை பறிக்கும் அதே நேரத்தில் பல புதிய வேலை வாய்ப்புக்களையும் (குறைந்த காலக்கட்டத்திற்கு) அது உருவாக்க இருக்கிறது.

எப்படி? பார்ப்போம்.

தானியங்கி வாகனங்கள் – எதிர்கால போக்குவரத்து

நம்மைப் போன்ற வளரும் நாடுகளில் தானியங்கி கார்கள் குறித்த அறிமுகமே பெரும்பான்மையானவர்களை சென்றடையாத நிலையில் அது உண்டாக்க இருக்கும் சமூக மாற்றங்களை குறித்த அவதானிப்பு என்கிற கேள்விக்கே இடமில்லாமல் இருக்கிறது. முதலும் முடிவுமான விளக்கம் தானியங்கி கார்கள் நாம் இதுவரை பார்த்துக்கொண்டிருக்கும் வழமையான கார்களைப் போன்றவை அல்ல. உருவ அமைப்பில் வேண்டுமானால் அவை வழமையான கார்களை ஒத்திருக்கலாம் ஆனால் செயலில் அவை முழுக்க வேறு ஒரு தனித்துவமான உயிரினம்.

என்னது உயிரினமா? என்னய்யா உலற! கார் எப்படி உயிரினமாக மாற முடியும். ஏன் மாற முடியாது, சிந்திக்கும் இயல்பு கொண்ட எவையும் உயிரினமாகத்தானே இருக்க முடியும். அவைகளுக்கு உணர்வுகள் இல்லையென்றாலும். தானியங்கி கார்களால் பார்க்க முடியும், சிந்திக்க முடியும், நொடி நேரங்களில் முடிவுகளை எடுக்க முடியும், எடுத்த முடிவுகளின் அடிப்படையில் செயல்படவும் முடியும். இவை அனைத்தையும் அவை வாகன நெரிசல் மிகுந்த சாலைகளில் செய்யும்.

தானியங்கி கார் தொழில் நுட்பத்தில் முதல் இடத்திலிருக்கும் கூகுள் தன்னுடைய தானியங்கி கார்களை டிரைவர் என்றே அழைக்கிறது. அதாவது மனிதர்கள் வாகனங்களை ஓட்டும்போது எப்படி செயல்படுவார்களோ அதைவிட மேம்பட்ட நிலையில் தன்னுடைய தானியங்கி கார்கள் செயல்படக் கூடிய என்பதை மறைமுகமாக உணர்த்தும் வகையில்.

தானியங்கி கார் தொழில் நுட்பத்தை டிஸ்ரப்டிவ் இன்னோவேஷன் *(disruptive innovation)* என்று அழைக்கிறார்கள். டிஸ்ரப்ட், ஒரு

விசயத்தை அடியோடு மாற்றிப்போடுதல். தானியங்கி வாகனத் தொழில் நுட்பம் எதையெல்லாம் அடியோடு மாற்றிப்போட இருக்கிறது என்பதை சமூகத்தின் அடித்தட்டு தொடங்கி பார்ப்போம். மெக்கானிக் ஷாப்கள், ஊருக்கு ஒன்றிலிருந்து ஐந்து மெக்கானிக் ஷாப்களை நிச்சயமாக பார்க்க முடியும். படிப்பை பாதியில் விட்டவர்களுக்கும், சுய தொழில் முனைவர்களுக்கும் நிலையான வேலை வாய்ப்பை உருவாக்கிக்கொடுப்பதில் மெக்கானிக் ஷாப்களுக்கு முக்கிய பங்குண்டு.

பொதுவாக இது குரு சீடன் அமைப்பு முறையில் நீண்ட நாட்கள் அனுபவத்தின் மூலம் கற்றுக்கொள்ள கூடிய வேலையாக இருந்து வருகிறது. கடந்து நூறு ஆண்டுகளாக வாகன தொழில் நுட்பம் என்பது எத்தகைய பெரிய மாற்றங்களையும் சந்திக்கவில்லை என்பதால் குருவின் காலத்திலிருந்த அதே வாகன என்ஜின்களைத்தான் சீடனும் தன்னுடைய தலைமுறையில் பழுது பார்த்து தனக்கான வேலை வாய்ப்பை உறுதி செய்து வருகிறான். இனி அப்படி இருக்கப்போவதில்லை.

தானியங்கி கார்களில் (இரு சக்கர வாகனங்களிலும்) என்ஜின்கள் மோட்டார்களாக மாற்றப்பட்டிருக்கும். இந்த மோட்டார்களை குறித்து எலெக்டிரிக் கார் தொழில் நுட்ப அத்தியாயத்தில் விரிவாக பார்க்கயிருக்கிறோம். காலம் காலமாக இன்டர்நல் கம்பஷ்டன் என்ஜின்களில் (Internal combustion engines - வழமையான கார்களில் பயன்படுத்தப்படுவது) தொழில் பழகிய உள்ளூர் மெக்கானிக்கிற்கு அடி இங்கிருந்து தொடங்குகிறது.

பல வருடங்கள் செலவழித்து பெற்ற அனுபவ அறிவை முற்றிலும் மூட்டைக் கட்டி வைத்துவிட்டு மோட்டார்கள் குறித்த அனுபவ அறிவை பெற வேண்டிய கட்டாயத்திற்கு உள்ளூர் மெக்கானிக்குகள் தள்ளப்படுவார்கள். தானியங்கி வாகனங்களில் இந்த மோட்டார் நூறுக்கணக்கான மைக்கிரோ கன்டிரோலர் சென்சார்களுடன் (micro controller sensors) இணைக்கப்பட்டிருக்கும்.

இந்த மைக்கிரோ கன்டிரோலர் சென்சார்கள் அனைத்தும் அதனளவில் குட்டி கணினிகள். அனைத்தும் ப்ரோகிராம் செய்யப்பட்டவை. இந்த சென்சார்கள் இருபத்தி நான்கு

மணிநேரமும் காரின் உதிரி பாக செயல்பாடுகளை கண்காணித்தபடி இருக்கும். எந்த உதிரி பாகமாவது பிரச்சனை செய்தால் இந்த சென்சார்களே முதல் கட்டமாக அவைகளை சரி செய்துவிடும். அப்படித்தான் அவை ப்ரோகிராம் செய்யப்படும். அப்படியே அதனால் அந்த பிரச்சனையை சரி செய்ய முடியவில்லை என்றால் மைய கணினியுடன் தொடர்பு கொண்டு தீர்வை பெற்று பிரச்சனை சரி செய்துவிடும்.

இந்த மைய கணினி ஆர்டிபிஷியல் இண்டலிஜன்ஸ் தொழில் நுட்பத்தை அடிப்படையாககொண்டது. அந்த காரை விற்கும் நிறுவனத்தின் சர்வரில் இருந்து அது இயங்கும். ஒரு பகுதியாக இது காருக்குள்ளும் செயல்படும். ஆர்டிபிஷியல் இண்டலிஜன்ஸ் மண்டை சுற்றும் அல்காரிதம்களில் *(algorithms)* இயங்க கூடியவை. ஆக நம்முடைய உள்ளூர் மெக்கானிக் இத்தகைய தானியங்கி வாகனங்களை பழுது பார்க்க வேண்டுமானால் அவர் தன்னளவில் ஒரு கணினி விஞ்ஞானியாக மாறியாக வேண்டும்.

பெத்த படித்தவர்களுக்கே இது முடியாத காரியமாக இருக்கும் என்கிறபோது பெரும்பாலும் படிப்பை பாதியில் விட்டவர்களாக இருக்கும் உள்ளூர் மெக்கானிக்குளின் நிலை எப்படியானதாக மாற இருக்கிறது என்பதை மிக எளிதாக ஊகித்துவிடலாம்தானே. படிப்பிற்கும் ஒருவருடைய அறிவு திறனுக்கும் எத்தகைய தொடர்பும் இல்லையென்றாலும் உள்ளூர் மெக்கானிக்குள் புதிதாக ஆர்டிபிஷியல் இண்டலிஜன்ஸ் குறித்து தங்களுடைய அனுபவத்தின் மூலம் அறிந்துகொள்ள வேண்டிய கட்டாயத்திற்கு உள்ளாக வேண்டும்.

லைடார், 3டி மேப் ஸ்டிரக்சர், டேட்டா அனாலடிக்ஸ் என்று பல முக்கிய தொழில் நுட்பங்களையும் உள்ளூர் மெக்கானிக் கற்றுக்கொள்ள வேண்டியது அவசியம். தானியங்கி வாகனங்கள் இத்தகைய முக்கிய தொழில் நுட்பங்களின் அடிப்படையில் இயங்க கூடியவை.

இதற்கு எவ்வளவு ஆண்டுகள் பிடிக்கும் என்பது அவரவர்களுடைய அறிவாற்றலை பொருத்திருக்கிறது. அதுவரைக்குமான அவருடைய வாழ்வாதாரத்திற்கான வழி? மேலும் இத்தகைய தொழில்

நுட்பங்களை குறித்து அறிந்துகொள்ள அவர் யாரிடம் போவார்? அவருக்கு தொழில் பழக்கிக்கொடுத்த குருவிடமா? உள்ளூர் மெக்கானிக்குகளுக்கு முன்பாக இரண்டு வழிகள்தான் இருக்கிறது. ஒன்று அவர்கள் இத்தகைய தொழில் நுட்பங்களை குறித்து இப்போதிலிருந்தே கற்றுக்கொள்ள தொடங்கிவிட வேண்டும் அல்லது வேறு தொழிலை நோக்கி செல்ல வேண்டும்.

மூன்றாவதாக ஒரு வழியும் இருக்கிறது. இது மாற்றி சிந்திக்கும் சாமர்த்தியசாலிகளுக்கானது. தானியங்கி கார் தொழில் நுட்பம் பல புதிய வேலை வாய்ப்புக்களையும் உருவாக்க இருக்கிறது. அதில் பல நேரடி மற்றும் மறைமுக வேலை வாய்ப்புகளாக இருக்கப்போகிறது. அத்தகைய வேலை வாய்ப்புகளைக் குறித்த ஆய்வுகளை இப்போதிலிருந்தே தொடங்கி அதற்கு ஏற்ப தன்னை தகவமைத்துக்கொள்வது.

உதாரணமாக பேட்டரிகள் தொடர்பான வேலை வாய்ப்புகள். தானியங்கி மற்றும் எலெக்டிரிக் வாகனங்களின் வரமும் சாபமும் அதன் பேட்டரிகளே. இதில் இருக்க கூடிய மறைமுக வேலை வாய்ப்புகளை குறித்த தேடல்களை இப்போதிலிருந்தே தொடங்கிவிடுவது நல்லது. இதற்கு அவருக்கு முன்பாக இருக்கும் காலக்கெடு பத்திலிருந்து பதினைந்து வருடங்கள்.

ஒன்று மட்டும் நிச்சயம், தொழில் நுட்ப வளர்ச்சிகளை நம்மால் தடுத்து நிறுத்திவிட முடியாது. அப்படி தடுத்த நிறுத்த நினைப்பது வளர்ச்சிகளை எதிர்பார்க்கும் ஒரு சமூகத்தின் அறிவார்த்த செயல்பாடாகவும் இருக்காது.

புதிய தொழில் நுட்பங்கள் ஏற்படுத்திக் கொடுக்க கூடிய தொழில் வாய்ப்புகளை சரியாகவும், மாற்றி சிந்தித்து செயல்படுவதன் வழியாகவும் நம்முடைய வளமைக்கான வழியாக மாற்றிக்கொள்ள முடியும். எதிர்காலம் என்பது வழமையான சிந்தனைகளுக்கும் செயல்பாடுகளுக்குமானதல்ல.

இது உள்ளூர் மெக்கானிக்குகளுக்கு மாத்திரமான நிலையல்ல. பெரும் வாகனத் தயாரிப்பு நிறுவனங்களின் ஷோரூம்களில் பணியிலிருக்கும் மெக்கானிக்குகளுக்குமானதுதான்.

அடுத்து வாகன உதிரி பாக விற்பனை தொழில். அதனோடு தொடர்புடைய முறைமுக தொழில்கள். தானியங்கி மற்றும் எலெக்ட்ரிக் கார்களில் மெக்கானிக்கல் பாகங்கள் சரி பாதியாக குறைந்துவிடும். பல உதிரி பாகங்கள் வழக்கொழிந்தும் போய்விடும். மேலும் தானியங்கி மற்றும் எலெக்ட்ரிக் கார்கள் (அவைகளின் சென்சார் போன்ற உதிரி பாகங்களுடன் சேர்த்து) வழமையான கார்களுடன் ஒப்பீடும்போது அதிக நாட்களுக்கு எத்தகைய பிரச்சனையும் இல்லாமல் உழைக்க கூடியவை.

பங்கீட்டு போக்குவரத்து முறையில் பெரும்பான்மையான வாகனங்களை, வாகனங்களை விற்பனை செய்யும் நிறுவனங்களே சொந்தமாக கொண்டிருக்கும் என்பதால் அவைகளின் உழைப்பு காலம் என்பது அதிக நாட்களுக்கு எத்தகைய பிரச்சனைகளையும் ஏற்படுத்தாத வகையில்தான் வடிவமைக்கப்படும். இதன் காரணமாக உதிரி பாக விற்பனை என்பது அதிகளவில் குறையவும் செய்யும். மேலும் விற்பனையாகும் கார்களின் அளவும் பாதிக்கு பாதியாக குறைந்திருக்கும். இதுவும் உதிரி பாக விற்பனை அளவில் பெரும் தாக்கங்களை ஏற்படுத்தும்.

தானியங்கி வாகன தொழில் நுட்பத்தை விட மிக நேரடியாக உதிரி பாக விற்பனையில் பெரும் பாதிப்புகளை நிகழ்த்தக் கூடியது 3டி பிரிண்டிங் தொழில் நுட்பம் (3D printing technology). இன்றைய பிரிண்டர்களை போல அடுத்த ஒரு சில ஆண்டுகளுக்குள் பெரும்பான்மையான வீடுகளில் 3டி பிரிண்டர்களை ஏக தாராளமாக பார்க்கலாம். இந்த பிரிண்டர்களை கொண்டு வீட்டிலேயே நமக்கு தேவையான பொருட்களை பிரிண்ட் செய்துக்கொள்ள முடியும். தானியங்கி கார்களின் உதிரி பாகங்கள் உட்பட.

இந்நேரம் புரிந்திருக்கும்தானே, வாகன உதிரி பாக உற்பத்தி தொழிலும், அவைகளை விற்பனை செய்யும் தொழிலும் இன்றைக்கு இருப்பதை போல அடுத்த ஒரு சில ஆண்டுகளில் இருக்கப்போவதில்லை என்பது. இந்த இரண்டு துறையையும் நம்பியிருக்கும் பல இலட்ச கணக்கான வேலை வாய்ப்புகள்? கேள்விக் குறிதான். புதிய தொழில் நுட்பங்கள் ஏற்படுத்த இருக்கும் புதிய வாய்ப்புகளை குறித்த ஆய்வுகளில் இறங்குவதுதான் இவர்களுக்குமான தீர்வாகவும் இருக்கும். தொழில் நுட்பங்கள்

கொண்டு வர இருக்கும் எதிர்கால மாற்றங்களில் தப்பி பிழைக்க வழமையான சிந்தனை போக்கும் செயல்பாடுகளும் ஒருபோதும் கைக்கொடுக்காது என்பதை மனதில் ஆழமாக பதிய வைத்துக்கொள்வது வழித் துணைக்கு உதவும் மந்திர வார்த்தைகளாக இருக்கப்போகிறது.

இதற்கு அடுத்து டிரைவிங் ஸ்கூல் தொழில். ஊருக்கு ஒன்று என்றில்லையென்றாலும் அங்கொன்றும் இங்கொன்றுமாக பல ஆயிரம் பேருக்கு வேலை வாய்ப்பை கொடுத்துக்கொண்டிருக்கும் தொழில். கார்கள் தானாக ஓடினால் இவர்களுக்கு எத்தகைய வேலையும் இருக்கப்போவதில்லை என்பதை சிறு குழந்தையும் கூட சொல்லிவிடும்.

அடுத்து அரசாங்கத்தின் கையிலிருக்கும் போக்குவரத்து துறை சார்ந்த வேலை வாய்ப்பு. ஒவ்வொரு மாநிலத்திலும் இலட்சக்கணக்கானவர்களுக்கு வாழ்வாதாரமாக இருக்கும் துறை. வாகனங்களை பதிவு செய்வது, வாகனங்களுக்கு உரிமம் வழங்குவது, ஓட்டுனர்களுக்கு உரிமம் வழங்குவது, ஆர்.சி உரிமம் வழங்குவது, வாகன மாசுக்கட்டுப்பாடு என்று போக்குவரத்து துறை சார்ந்த வேலைகள் அனைத்தும் வாகனங்களின் விற்பனையை அடிப்படையாக கொண்டது. தொடர்ச்சியான வாகன விற்பனை என்பது இந்த துறை தொடர்ச்சியாக இயங்குவதற்கான அடிப்படை.

பங்கீட்டு போக்குவரத்து முறை வாகனங்களின் விற்பனையை சரி பாதியாக குறைத்துவிடும் என்பதை முன்பே பார்த்தோம். வாகன விற்பனை குறைந்தால் இந்த துறையில் இருக்கும் பல வேலைகளும் குறையும் அல்லது தேவையில்லை என்று நீக்கப்படும். மேலும் வாகனங்கள் தானியங்கியாக செயல்படக் கூடியவை என்பதால் மக்களுக்கு ஓட்டுனர் உரிமம் என்பதும் தேவையில்லாத ஒன்றாகிவிடும். ஓட்டுனர் உரிமம் வழங்கும் வேலையுடன் தொடர்புடைய அனைத்து வேலைகளும்?

பிரச்சனை வந்த பிறகு அவதிப்படுவதைவிட வரும் முன் காக்கும் விதமாக புதிய தொழில் நுட்பங்கள் ஏற்படுத்த இருக்கும் புதிய தொழில் வாய்ப்புக்களை குறித்த தேடல்களிலும், அவைகளை வளர்த்தெடுப்பதிலும் இப்போதிலிருந்தே நம்முடைய முழு

கவனத்தை செலுத்துவது சிறப்பாகும். வழமையான மற்றும் குறுகிய பார்வைக்கொண்ட சிந்தனை முறைகள் இனி நம்மை ஈடேற்றப்போவதில்லை. நம்மில் மாற்றி சிந்திக்கும் மூளைகளை அடையாளம் கண்டு, அதற்கு சொந்தமானவர்களை தொடர்ச்சியாக ஊக்குவிப்பதன் மூலம் மாற்று தொழில் வாய்ப்புகளை எளிதாக அடையாளம் காண முடியும்.

இதற்கு அடுத்து நேரடியான வாகனத் தயாரிப்பு தொழிற்சாலை வேலை வாய்ப்பு. நடுத்தர மற்றும் கீழ் நடுத்தர சமூக அடுக்கில் இலட்சக் கணக்கான வேலைகளுக்கு ஆதாரமாக இருப்பது வாகனத் தயாரிப்பு தொழில். பொறியாளர்கள் என்றில்லாமல் அடிப்படை கல்வித் தகுதி கொண்டவர்களுக்கும் வேலை வாய்ப்பை உறுதி செய்யும் தொழில் துறை. வழமையான வாகனத் தயாரிப்பு முறைகளான மாஸ் மற்றும் லீன் தயாரிப்பு முறைகளில் *(Mass & Lean Production)* வாகனங்களை உற்பத்தி செய்ய ஒரு தொழிலாளர் மெக்கானிக்காகத்தான் இருக்கவேண்டும் என்கிற கட்டாயமில்லை.

வாகனத்தயாரிப்புதொழில்நுட்பம்(இன்டர்நல்கம்பஷ்டன்என்ஜின் தொழில் நுட்பம்) குறித்த புரிதலும் அவருக்கு இருந்தாகவேண்டும் என்கிற கட்டாயமும் கிடையாது. மெஷின்கள் மற்றும் டூல்ஸ்களைக்கொண்டு அவருக்கு கொடுக்கப்படும் வேலையை மாத்திரம் அவர் சரியாக செய்தால் போதும். வாகனத் தயாரிப்பு தொழில் துறை, அடிப்படை கல்வித் தகுதி கொண்டவர்களுக்கும் கூட வேலை வாய்ப்பை உருவாக்கி கொடுத்ததற்கான இரகசியம் மாஸ் மற்றும் லீன் தயாரிப்பு முறையிலேயே இருக்கிறது.

கார் தயாரிப்பில் மாஸ் ப்ரோடக்சன் *(mass production)* உத்தியை அறிமுகப்படுத்தி பெரும் புரட்சி ஒன்றை *1910*-களில் தொடங்கி வைத்தார்ஹென்றிபோர்ட்*(HenryFord)*.அதற்குமுன்புவரை(அதாவது *1890*-கள் தொடங்கி *1910*-கள் வரை) மோட்டார் என்ஜின்களில் நன்கு பயிற்சியும் அனுபவமும் கொண்டவர்கள் மாத்திரமே கார் தயாரிப்பில் ஈடுபட்டிருந்தார்கள். காருக்கான உதிரி பாகங்களை தயாரிப்பவர்களுக்கும் கூட மோட்டார் என்ஜின்கள் குறித்த புலமை அவசியமாக இருந்தது. தன்னுடைய மாஸ் ப்ரோடக்சன் உத்தியின் மூலம் இந்த நிலையை முற்றிலும் புரட்டிப்போட்டார் போர்ட். கிராமப்புறங்களிலிருந்த படிப்பறிவில்லாத விவசாயிகளும் கூட

தன்னுடைய போர்ட் கம்பெனியில் இணைந்து கார் தயாரிக்கும் வேலை வாய்ப்பை பெறலாம் என்கிற நிலையை உருவாக்கினார் போர்ட். வாகனத் தயாரிப்பு வேலை வாய்ப்பில் கடந்த நூறு வருடங்களாக இருந்துவரும் நிலை இது.

ஆனால் எதிர்காலத்தில் இதற்கு வாய்ப்பேயில்லை. உள்ளூர் மெக்கானிக்கிற்கு எப்படி கணினி விஞ்ஞானியாக மாறவேண்டும் என்கிற கட்டாயம் இருக்கிறதோ அதே கட்டாயம்தான் இனி வாகனத் தயாரிப்பு தொழிற்சாலைகளில் வேலை செய்யும் தொழிலாளர்களுக்கும். மேலும் பங்கீட்டு போக்குவரத்து முறையால் வாகனங்களின் எண்ணிக்கை பாதியாக குறையும் என்பதால் வாகனத் தயாரிப்பு தொழிற்சாலை வேலை வாய்ப்பும் சரி பாதியாக குறைந்துவிடும்.

வாகனத் தயாரிப்பு வேலை வாய்ப்பை சார்ந்திருக்கும் தொழிலாளர்கள் இப்போதிலிருந்தே வரவிருக்கும் தொழில் நுட்பங்களுக்கு ஏற்ப தங்களை அப்டேட் செய்யும் காரியத்தில் இறங்கிவிடுவது நல்லது. இந்த பிரச்சனை தொழிலாளர்களுக்கு மட்டுமானதல்ல வாகனத் தயாரிப்பிலிருக்கும் பெரும் நிறுவனங்களுக்குமே கூட தானியங்கி மற்றும் எலெக்ட்ரிக் வாகனத் தொழில் நுட்பங்கள் பெரும் சவாலாக எழுந்து நிற்கின்றன என்பதை சென்ற அத்தியாயங்களில் பார்த்தோம்.

இம்முறை தொழிலாளர்களுடன் சேர்ந்து பெரும் வாகனத் தயாரிப்பு நிறுவனங்களுமே கூட தங்களின் தொழில் வாய்ப்புகளைத் தக்க வைத்துக்கொள்ள போராடிக்கொண்டிருக்கின்றன என்பதையும் பார்த்தோம். வாகனத் தயாரிப்பு நிறுவனங்களின் சப்ளை சங்கிலியில் *(supply chain)* இருக்கும் அனைத்து உதிரி பாகத் தயாரிப்பு வேலை வாய்ப்புக்களுக்கும் கூட இதுதான் நிலை.

அடுத்து மோட்டார் இன்ஷியூரன்ஸ் துறை வேலை வாய்ப்புகள். தானியங்கி மற்றும் எலெக்ட்ரிக் வாகனத் தயாரிப்பு நிறுவனங்களே தங்களுடைய ஆர்டிபிஷியல் இண்டலிஜன்ஸ் அல்காரிதங்களின் மூலம் கவனித்துக்கொள்ளும் என்பதால் இந்த துறை சார்ந்த வேலை வாய்ப்புகளும் கேள்விக் குறிதான்.

மீண்டும் அதே பல்லவிதான். எதிர்கால தொழில் நுட்பங்கள் கொண்ட வர இருக்கும் மாற்று தொழில் வாய்ப்புகள் குறித்த தேடல்களையும் விவாதங்களையும் சமூகமாக இப்போதே தொடங்கிவிடுவது நல்லது. அதிலும் விரைவாக.

சூரியன் கிழக்கில்தான் உதிக்கும் – பேய்டூ, டென்செனட், அலிபாபா....

தானியங்கி வாகனத் தொழில் நுட்பத்தில் கூகுள் முதலிடத்திலிருந்தாலும் அது தனிக்காட்டு இராஜாவாக இல்லை. டெஸ்லா மற்றும் ஆப்பிள் போன்ற உள்ளூர் போட்டியாளர்களை விட கிழக்கிலிருந்து புதிதாக எழுந்துகொண்டிருக்கும் போட்டியாளர்களே வென்சூர் கேபிடலிஸ்டுகளின் *(venture capitalist)* கவனத்தை அதிகமாக ஈர்த்துக்கொண்டிருக்கிறார்கள். கிழக்கின் போட்டியாளர்கள் அனைவரும் சீனா மற்றும் ஜப்பானை சேர்ந்த டெக் நிறுவனங்கள்.

அத்தகைய நிறுவனங்களில் ஒன்று பேய்டூ *(Baidu)*. அநேகமாக நம்மில் பலர் கூகுளை அறிந்து வைத்திருக்கும் அளவிற்கு பேய்டூவை அறிந்திருப்பதில்லை. சீனாவை சேர்ந்த அலிபாபா நிறுவனத்தை (அலிபாபா சீனாவின் அமேசான் போன்றது) அறிந்து வைத்திருப்பவர்கள் கூட பேய்டூ கூறித்து அறிந்திருப்பதில்லை. சீனாவின் கூகுள் பேய்டூ. மாண்டிரியன் மொழி தேடு பொறி *(search engine)*. முழுக்க சீனர்களுக்காக மாண்டிரியன் மொழியில் உருவாக்கப்பட்ட தேடு பொறி.

சீன மொழி தேடு பொறி என்றால் சீனாவிற்குள் மட்டும்தான் அதன் இராஜ்ஜியம் இருக்கப்போகிறது என்று அலட்சியமாக நினைத்துவிட வேண்டாம். உலகின் நான்காவது மிகப் பெரிய தேடு பொறி நிறுவனங்களில் ஒன்றாக தன்னை நிலை நிறுத்திக்கொண்டிருக்கிறது பேய்டூ. ஆர்டிபிஷியல் இண்டலிஜன்ஸ் தொழில் நுட்பத்திலும் பேய்டூ, கூகுளுக்கு இணையாக தன்னை வளர்த்துக்கொண்டிருக்கிறது.

கூகுள், தானியங்கி கார்களை விற்பனைக்குத்தான் கொண்டு வந்திருக்கிறது. ஆனால் பேய்டூ பொதுப் போக்குவரத்தில்

தானியங்கி கார்களை பயன்படுத்தவே தொடங்கிவிட்டது. சீனாவின் ஹூனான் மாகாண ச்சேங்சா நகரில் பேய்டூவின் தானியங்கி டாக்சிகள் பொது மக்களுக்கு சேவை செய்துக்கொண்டிருக்கிறது. கடந்த செப்டெம்பர் மாதம் இந்த சேவையை அறிமுகப்படுத்தியது பேய்டூ. இதை அப்பல்லோ ரோபோ டாக்சி *(Apollo robotaxi)* என்று அழைக்கிறது பேய்டூ.

இதற்கான எலெக்டிரிக் கார்களை (ஹோங்குயி – *Hongqi)* சீன அரசுக்கு சொந்தமான கார் தயாரிப்பு நிறுவனமான எப்.ஏ.டபிள்யூ குரூப்புடன் *(FAW Group)* இணைந்து தயாரித்திருக்கிறது பேய்டூ. முதல் கட்டமாக *50* கிலோ மீட்டர்கள் பரப்பளவில் இந்த தானியங்கி டாக்சிகள் பொது மக்களுக்கு சேவை செய்கிறது. பின்னர் நகரம் முழுவதற்கும் இந்த சேவையை விரிவுப்படுத்த பேய்டூ திட்டமிட்டிருக்கிறது.

நாடுகளுக்கு இடையிலான தானியங்கி கார் தயாரிப்பு தொழில் நுட்ப போட்டியில் உண்மையிலேயே முதலிடத்தை பிடித்திருப்பது சீனா. பெரும் டெக் நிறுவனங்களின் அடையாளமாக இருக்கும் அமெரிக்காவின் கலிபோர்னிய சிலிக்கான் வேலி பின்னுக்குத் தள்ளப்பட்டு சீனாவின் சோன்குவான்குன் *(Zhongguancun)* நகரம் முதல் இடத்திற்கு வந்துக்கொண்டிருக்கிறது என்பதற்கான வெளிப்படையான அடையாளமிது.

அமெரிக்காவின் மிகப் பெரும் நிறுவனங்களான போர்ட் மற்றும் இன்டல், பேய்டூவின் தானியங்கி கார் தயாரிப்பு நிறுவனத்தில் பங்குதாரர்களாக இணைந்திருப்பது இதை உறுதி செய்வதாக இருக்கிறது. ஜப்பானை சேர்ந்த ஹோண்டாவும் பேய்டூவின் தானியங்கி கார் தயாரிப்பு நிறுவனத்தில் பங்குதாரராக இருக்கிறது.

கூகுளைப் போன்றில்லாமல் தன்னுடைய தானியங்கி கார் தயாரிப்பு தொழில் நுட்பத்தில் பயன்படுத்தப்படும் அப்பல்லோ ஆர்டிபிஷியல் இண்டலிஜன்ஸ் மென்பொருளை அனைவரும் பயன்படுத்திக்கொள்ளும்படி இலவசமாக (ஓப்பன் சோர்ஸ் *opensource)* இணையத்தில் வழங்குகிறது பேய்டூ.

போர்ட், டைம்லர், இன்டல், நிவிடியா, மைக்கிரோசாப்ட், போஷ்க் மற்றும் பி.எம்.டபிள்யூ போன்ற மேற்கத்திய டெக் மற்றும் வாகனத்

தயாரிப்பு நிறுவனங்கள் அப்பல்லோ ஓப்பன் சோர்சில் தங்களை இணைத்துக்கொண்டிருக்கின்றன.
(இந்த லிங்கை சொடுக்கி பேய்டூவின் தானியங்கி கார் தொழில் நுட்பத்தில் பயன்படுத்தும் அப்பல்லோ ஆர்டிபிஷியல் இண்டலிஜன்ஸ் தொடர்பான இணைய தளத்தை காணலாம்; http://apollo.auto/ இந்த படத்திலிருக்கும் QR code-யை உங்களுடைய மோபைல் போனில் ஸ்கேன் செய்து அதன் மூலம் இந்த லிங்கை காணலாம்)

அப்பல்லோ இணையதளம் வழி நீங்கள் தானியங்கி கார் தொழில் நுட்பம் குறித்து மிக விரிவாகவே அறிந்துகொள்ளலாம். இதற்கான விளக்க காணொலிகளையும் கூட இந்த இணையதளத்தில் வைத்திருக்கிறது பேய்டூ. உள்ளூர் மெக்கானிக்குகளுக்கும், வாகன பழுதுப் பார்க்கும் தொழிலில் இருப்பவர்களுக்கும் தானியங்கி கார் தொழில் நுட்பம் குறித்த மிகச் சிறந்த தகவல் களமாக இது இருக்கிறது. உலகின் பல முன்னணி டெக் மற்றும் வாகனத் தயாரிப்பு நிறுவனங்கள் இதை பயன்படுத்துகிறது என்பதால் சர்வதேச தளத்திலான ஆர்டிபிஷியல் இண்டலிஜன்ஸ் குறித்த தரவுகளை அறிமுகம் செய்துக்கொள்ள முடியும்.

இன்றைய தேதியில் ஆர்டிபிஷியல் இண்டலிஜன்ஸ் தொழில் நுட்பத்தில் மிகப் பெரும் அளவில் முதலீடு செய்துக்கொண்டிருக்கும் நிறுவனம் பேய்டூ. தானியங்கி கார் தொழில் நுட்பம் தவிர்த்து மருத்துவம், விளம்பரத் துறை மற்றும் ஊடகத் துறைகளிலும் ஆர்டிபிஷியல் இண்டலிஜன்ஸ் தொழில் நுட்பத்தை நடைமுறைப்படுத்திக்கொண்டிருக்கிறது.

டென்செண்ட் (Tencent) என்கிற மற்றொரு சீன டெக் நிறுவனமும் தானியங்கி கார் தயாரிப்பில் முழு வேகத்தை காட்டிக்கொண்டிருக்கிறது. முகநூல் மற்றும் வாட்ஸ்அப் போன்றது சீன டென்செண்ட் நிறுவனம் (WeChat). வீடியோ கேம்களையும் இந்த நிறுவனம் தயாரிக்கிறது. இது சீனாவின் மிகப் பெரும் கிளவுட் சர்வீஸ் நிறுவனமும் கூட. தானியங்கி கார் தயாரிப்பில் டென்செண்டுடன் முழு வீச்சில் கை கோர்த்திருக்கிறது பி.எம். டபிள்யூ.

அடுத்த வருட தொடக்கத்திலிருந்து *(2020)* டென்சென்டும் தன்னுடைய தானியங்கி கார்களை சீன சாலைகளில் களமிறக்கயிருக்கிறது. தனக்கான கார்களை தயாரிக்க சீன அரசின் குவான்சூ ஆட்டோமோபைல் *(Guangzhou Automobile Group)* நிறுவனத்துடன் ஒப்பந்தம் செய்திருக்கிறது. இது தவிர சீனாவிலும் ஐரோப்பாவிலும் அமெரிக்காவிலும் இருக்க கூடிய தானியங்கி கார் தயாரிப்பு தொழில்நுட்ப ஆய்வில் ஈடுபட்டிருக்கும் பல ஸ்டார்ட்அப் நிறுவனங்களையும் வாங்கிப்போட்டுக்கொண்டிருக்கிறது.

தானியங்கி காருக்குள் வழங்கப்படும் *(in car)* தொழில் நுட்பங்கள் (இணையசேவை, இசை, தொலைப்பேசி, மெசன்ஜர், சேட் போன்றவை) தொடர்பாக ஹூவாய் *(Huawei)* நிறுவனத்துடன் இணைந்திருக்கிறது. அமெரிக்கா தடை செய்திருக்கும் அதே ஹூவாய் நிறுவனம்தான். தானியங்கி காருக்குள் செயல்படும் செயற்கை ஒலி உதவியாளர் *(voice assistant –* ஆர்டிபிஷியல் இண்டலிஜன்சில் இயங்க கூடியது) தொழில் நுட்பத்திற்கு ஐபிளைடெக் *(iFlytec)* என்கிற ஸ்டார்ட்டப் நிறுவனத்துடன் இணைந்திருக்கிறது.

இதையெல்லாம் மற்றொரு பெரும் சீன டெக் நிறுவனமான அலிபாபா, பல்லைக்குத்திக்கொண்டு வேடிக்கை பார்த்துக்கொண்டிருக்குமா என்ன. மற்றொரு சீன அரச கார் தயாரிப்பு கூட்டமைப்பான எஸ்.ஏ.ஐ.சீ *(SAIC Motor)*-யுடன் இணைந்து தன்னுடைய தானியங்கி கார் தயாரிப்பை தொடங்கியிருக்கிறது. அடுத்த வருடத்தில் அலிபாபாவின் தானியங்கி டாக்சிக்களும், கார்களும் சீன சாலைகளில் ஓட இருக்கின்றன.

போதாததற்கு, சீனாவிலிருந்து ஊபரை வெளியேற்றிய டிடி *(Didi Chuxing)* கேப் சர்வீஸ் நிறுவனத்தின் முக்கிய பங்குதாரர்களில் ஒன்று அலிபாபா. டிடி சீனாவின் முன்னணி கேப் சர்வீஸ் நிறுவனம். பெரும் மக்கள் தொகை பலம் கொண்ட சீனர்கள் தங்களின் கேப் சேவைக்கு பயன்படுத்துவது டிடியை. உலகம் முழுவதிலும் இருக்கும் தன்னுடைய கிளைகளின் வழி ஊபர் ஈட்டும் வருமானத்தின் முக்கால் பங்கை சீனாவிற்குள் மட்டுமே ஈட்டிவிடுகிறது டிடி. போதா குறைக்கு ஆப்பிள் நிறுவனமும் டிடியில் பல கோடிகளில் முதலீடு செய்திருக்கிறது.

தன்னுடைய தானியங்கி கார் தொழில் நுட்பத்தை டிடியின் கேப் சர்வீசில் அலிபாபா இணைக்க முடிவெடுத்தால் (இதுவரை அப்படியொரு திட்டம் இருப்பதாக செய்திகள் இல்லை) உலகின் மிகப்பெரும் தானியங்கி கேப் சர்வீஸ் (அதாவது ஓட்டுனர்கள் இல்லாத கேப் சர்வீஸ்) அலிபாபா மற்றும் டிடியினுடையதாகத்தான் இருக்கும். கலாச்சார மற்றும் சமூக கட்டமைப்பில் ஆசிய நாடுகள் பெரும்பாலும் ஒத்த மனோபாவம் கொண்டவை என்பதால் இந்தியா தொடங்கி தென் கிழக்காசிய நாடுகள் அனைத்திலும் வெகு எளிதாக தன்னுடைய தானியங்கி கேப் சர்வீசை அலிபாபாவால் கொண்டு வந்துவிட முடியும்.

தானியங்கி வாகனங்களில் கார்கள், டூவீலர்கள் மற்றும் டிரக்குகளுக்கு அடுத்து மிக முக்கிய இடத்தை பிடிப்பது டிரோன்கள் (சிறிய இரக தானியங்கி விமானங்கள்). எதிர்கால போக்குவரத்து புரட்சியின் மற்றொரு முகம் டிரோன். தானியங்கி டிரோன் தொழில் நுட்பத்தின் வீரியத்தை உணர்ந்து அதை தன்னுடைய முக்கிய தொழில் நுட்ப திட்டங்களில் ஒன்றாக ஆக்கிய முதல் டெக் நிறுவனம் அமேசான். ஆனால் தானியங்கி டிரோன் தயாரிப்பில் உலகின் முதல் நிறுவனமாக இருப்பது சீனாவின் டி.ஜே.ஐ *(DJI)*.

அமேசானில் ஆடர் செய்யப்படும் பொருட்களை வாடிக்கையாளர்களின் வீட்டு வாசலுக்கே சென்று (பறந்து சென்று) டெலிவரி செய்ய தானியங்கி டிரோன் தொழில் நுட்பத்தை *(Amazon Prime Air)* உருவாக்கிக்கொண்டிருக்கிறது அமேசான். முதல் கட்டமாக நகர் புறங்களிலிருந்து வெகு தொலைவில் கிராமங்களில் இருக்கும் வாடிக்கையாளர்களுக்கு, அமேசானில் ஆர்டர் செய்த அரை மணி நேரத்திற்குள்ளாக டெலிவரி செய்வதற்கு இந்த தொழில் நுட்பத்தை அமேசான் தயார் செய்கிறது. அடுத்த வருடத்திலிருந்து *(2020)* அமேசான் பிரைம் ஏர், அமெரிக்க வாடிக்கையாளர்களுக்கு ஐந்து கிலோ வரை எடையுள்ள பொருட்களை டெலிவரி செய்ய இருக்கிறது.

(இந்த லிங்கை கிளிக் செய்து அமேசானின் தானியங்கி டிரோன், அமேசான் பிரைம் ஏர் குறித்த காணொலியை பார்க்கவும்; https://www.youtube.com/watch?v=3HJtmx5f1Fc இந்த படத்திலிருக்கும் *QR code-யை உங்களுடைய மோபைல் போனில் ஸ்கேன் செய்து அதன் மூலம் இந்த வீடியோவை காணலாம்)*

ஊபர் தன்னுடைய ஊபர்ஈட் (Uber Eat – நம்மூர் swiggy இதன் நகல்) சேவையில் தானியங்கி டிரோன்களை பயன்படுத்தும் சோதனை முயற்சிகளை செய்துக்கொண்டிருக்கிறது. இதுவும் அடுத்த வருடத்திலிருந்து வாடிக்கையாளர்களுக்கு உணவு பொருட்களை டெலிவரி செய்ய இருக்கிறது.

(இந்த லிங்கை கிளிக் செய்து ஊபர்ஈட் தானியங்கி டிரோன் குறித்த காணொலியை பார்க்கவும்; https://www.youtube.com/watch?v=0yMv16p8FO8 இந்த படத்திலிருக்கும் QR code-யை உங்களுடைய மோபைல் போனில் ஸ்கேன் செய்து அதன் மூலம் இந்த வீடியோவை காணலாம்)

அமெரிக்க டெக் நிறுவனங்கள் தானியங்கி டிரோன் டெலிவரி தொழில் நுட்பத்தை செயல்படுத்துவதில் இந்த வருடம் அடுத்த வருடம் என்று தாமதமாக்கிக்கொண்டிருக்க அலிபாபா இரண்டு வருடங்களுக்கு முன்பே தானியங்கி டிரோன்களை தன்னுடைய பொருட்களை டெலிவரி செய்வதற்கு பயன்படுத்தத் தொடங்கிவிட்டது. சீனாவின் ஷாங்காய் (Shanghai) நகரில் அலிபாபாவின் டிரோன்கள் ஏழு கிலோவரை எடையுள்ள பொருட்களை டெலிவரி செய்துக்கொண்டிருக்கிறது. விரைவில் சீனாவின் மற்ற நகரங்களுக்கும் இதை விரிவுப்படுத்தும் வேலையில் இருக்கிறது.

(இந்த லிங்கை கிளிக் செய்து அலிபாபாவின் தானியங்கி டிரோன் குறித்த காணொலியை பார்க்கவும்; https://www.youtube.com/watch?v=wmpVQPeL640 இந்த படத்திலிருக்கும் QR code-யை உங்களுடைய மோபைல் போனில் ஸ்கேன் செய்து அதன் மூலம் இந்த வீடியோவை காணலாம்)

பொருட்கள் டெலிவரிக்கு தானியங்கி டிரோன்களுடன் தானியங்கி ரோபோக்களையும் (போட்ஸ்–bots) பயன்படுத்த தொடங்கிவிட்டது அலிபாபா. அதனுடைய ஜி-பிளஸ் (G Plus) திட்டத்தின் கீழ் தானியங்கி டெலிவரி ரோபோக்கள் உருவாக்கப்பட்டுகின்றன.

தானியங்கி கார்கள் பயன்படுத்தும் லைடார் தொழில் நுட்பத்தை இந்த தானியங்கி டெலிவரி ரோபோக்கள் பயன்படுத்துகின்றன. இது பொருட்களை டெலிவரி செய்வதுடன் நடமாடும் காப்பி ஷாப்பாகவும் செயல்படுகிறது. அமேசானுமே கூட இத்தகைய போட்களை இன்னமும் பயன்படுத்த தொடங்கவில்லை.
(இந்த லிங்கை கிளிக் செய்து அலிபாபாவின் தானியங்கி ஜி பிளஸ் டெலிவரி போட்கள் குறித்த காணொலியை பார்க்கவும்; https://www.youtube.com/watch?v=PotRDAwKsNw இந்த படத்திலிருக்கும் QR code-யை உங்களுடைய மோபைல் போனில் ஸ்கேன் செய்து அதன் மூலம் இந்த வீடியோவை காணலாம்)

சீனாவின் மற்றொரு பெரும் டெக் நிறுவனமான ஜே.டி-யும் (JD.com – அமேசானை போன்ற மற்றொரு பெரும் இணைய நிறுவனம் இது) தானியங்கி டிரோன்களையும், தானியங்கி டெலிவரி ரோபோக்களையும் தன்னுடைய பொருட்களை வாடிக்கையாளர்களுக்கு டெலிவரி செய்ய பயன்படுத்திக்கொண்டிருக்கிறது.
(இந்த லிங்கை கிளிக் செய்து ஜே.டி-யின் தானியங்கி டெலிவரி போட்கள் குறித்த காணொலியை பார்க்கவும்; https://www.youtube.com/watch?v=zZtOuXjtYYE அல்லது இந்த படத்திலிருக்கும் QR code-யை உங்களுடைய மோபைல் போனில் ஸ்கேன் செய்து அதன் மூலம் இந்த வீடியோவை காணலாம்)

இத்துடன் நின்றுவிடாமல் லாஜிஸ்டிக்ஸ் (சரக்கு போக்குவரத்து) போக்குவரத்தில் கனரக தானியங்கி டிரோன்களை கொண்டு வரும் தொழில் நுட்பத்திலும் அலிபாபா தீவிரமாக செயல்பட்டுக்கொண்டிருக்கிறது. இத்தகைய தானியங்கி டிரோன்களை 2025-ல் அறிமுகப்படுத்த இலக்கு வைத்து வேலை செய்துக்கொண்டிருக்கிறது.

அலிபாபாவின் சைனியோ (Cainiao) நிறுவனத்துடன் இதற்கான தொழில் நுட்ப ஒப்பந்தத்தில் இணைந்திருக்கிறது பேய்ஹாங் பல்கலைக்கழகம் (Beihang). சுமார் ஒரு டன் எடைக்கொண்ட

சரக்குகளை ஆயிரம் கிலோமீட்டர்கள் வரை சுமந்து பறக்கும் தானியங்கி டிரோன்களாக இவை உருவாக்கப்படயிருக்கிறது. விமான சரக்கு போக்குவரத்தில் ஈடுப்பட்டிருக்கும் வழமையான விமான போக்குவரத்து நிறுவனங்களுக்கு இது பெரும் சவாலாக மாற இருக்கிறது. அவர்களுக்கு சவால் என்றால் அவர்களுடைய ஊழியர்களின் வேலை வாய்ப்புக்கும் சவால்தானே.

ஒரு சில வருடங்களுக்கு முன்பு புதிய வேலை வாய்ப்பாக உருவான அமேசான், ஊபர் போன்ற நிறுவனங்களின் டெலிவரி பாய் *(delivery boy)* வேலையை இனி தானியங்கி டிரோன்கள் எடுத்துக்கொள்ளும். சரக்கு போக்குவரத்தில் ஈடுப்பட்டிருக்கும் டிரக் மற்றும் லாரி ஓட்டுனர்களின் வேலைக்கும் பிரச்சனை என்பதை முன்பே பார்த்தோம். சரக்கு விமானங்களை ஓட்டும் பைலட்டுகளுக்கும் இனி பிரச்சனைதான்.

இந்த தானியங்கி சரக்கு டிரோன்களின் தரைக் கட்டுப்பாட்டையும் ஆர்டிபிஷியல் இண்டலிஜன்ஸ் அல்காரிதம்கள் கவனித்துக்கொள்ளும் என்பதால் வழமையான விமான போக்குவரத்தின் முக்கிய அங்கமாக இருக்கும் கிரவுண்ட் சப்போர்ட் வேலைகளுக்கும் பிரச்சனைதான். தானியங்கி சரக்கு டிரோன்களில் பொருட்களை ஏற்றுவது மற்றும் இறக்குவமு போன்ற வேலைகளே மிஞ்சும். அதற்கும் தானியங்கி போட்கள் *(bots)* இருப்பதால் அந்த வேலை வாய்ப்பிலும் பிரச்சனைதான்.

பல கோடி முதலீடுகள் மற்றும் ஆர்டிபிஷியல் இண்டலிஜன்ஸ் தொழில் நுட்ப வளர்ச்சி என்று படு வேகமாக தானியங்கி வாகனத் தயாரிப்பு மற்றும் போக்குவரத்தில் அமெரிக்க டெக் நிறுவனங்களை பின்னுக்குத் தள்ளிக்கொண்டிருக்கின்றன சீன டெக் நிறுவனங்கள். இப்போதைக்கு தானியங்கி வாகனத் தயாரிப்பின் தலைநகரமாக சீனாவின் சோன்குவான்குன் மாறிக்கொண்டிருக்கிறது. அமெரிக்காவின் டெட்டிராய்ட் போன தலைமுறையின் வரலாறாக ஆகிக்கொண்டிருக்கிறது.

வாகனங்களை கையாளும் உள்ளூர் மெக்கானிக் தொடங்கி விமானங்களை கையாளும் பைலட்களின் வேலை வரை ஒரு சில டெக் நிறுவனங்களின் கைகளுக்கு செல்லயிருக்கிறது. இதுவரையில்

இல்லாத வகையில் வாகன உற்பத்தி மற்றும் சரக்கு போக்குவரத்தில் ஈடுபட்டிருக்கும் பல பெரு நிறுவனங்களின் தொழில் வாய்ப்புகளும் கூட பிரச்சனைகளுக்குள்ளாகியிருக்கிறது. அதே சமயத்தில் இந்த தானியங்கி தொழில்நுட்பங்கள் பல்வேறு புதிய நேரடி மற்றும் மறைமுக வேலை வாய்ப்புகளையும் உருவாக்கயிருக்கிறது. அவைகளை அடையாளம் காண்பதற்கான ஆய்வுகளையும், விவாதங்களையும், கற்பித்தல் சார்ந்த நடவடிக்கைகளையும் இப்போதிலிருந்தே தொடங்கிவிடுவது நல்லது.

எலெக்டிரிக் கார்கள் – எலன் மஸ்க்

ஸ்மார்ட் போன்களில் ஆப்பிளின் ஐபோன் *(iPhone)* எப்படியானதோ அதே போன்றது இதுவரையான எலெக்டிரிக் கார்களில் மாடல் எஸ் *(Model S)*. இது டெஸ்லா *(Tesla)* நிறுவனத்தின் தயாரிப்பு. டெஸ்லா அமெரிக்காவின் பெரும் டெக் நிறுவனங்களில் ஒன்று.

ராக்கெட் தயாரிப்பு (ராக்கெட்ஸ், பூஸ்டர்ஸ் மற்றும் ஷட்டுல்ஸ் – பூஸ்டர் என்பது ராக்கெட்களை விண்ணில் செலுத்தும் ராக்கெட் போன்ற வாகனம். ஷட்டுல்ஸ் என்பது விண்வெளி வீரர்களையும் சரக்குகளையும் விண்வெளிக்கு எடுத்து செல்லும் ராக்கெட்டுடன் இணைந்திருக்கும் பகுதி) தொழில் நுட்பத்திலும் ஈடுப்பட்டிருக்கிறது டெஸ்லா.

(டெஸ்லாவின் ஸ்பேஸ் எக்ஸ் – *SpaceX,* மற்றும் அமேசானுடைய தி ப்ளூ ஆரிஜன் – *The Blue Origin* ராக்கெட் தயாரிப்பு குறித்து விரிவாக அறிந்துகொள்ள என்னுடைய "தி விண்வெளி நாட்டாமைகள்" புத்தகத்தை வாசிக்கவும்)

டெஸ்லாவின் நிறுவனர் எலன் மஸ்க். ஆப்பிளின் ஸ்டீவ் ஜாப்ஸ் மற்றும் அமேசானின் ஜெஃப் பேசோசுக்கு அடுத்து உலகம் முழுவதிலும் அடுத்த தலைமுறையை சேர்ந்த டெக் விரும்பிகளால் பரவலாக அறியப்படும் நபர். அவருடைய ஒரு பகுதி பிரபல்யத்திற்கு எலெக்டிரிக் கார் தயாரிப்பு தொழில் நுட்பமும், ராக்கெட் தயாரிப்பு தொழில் நுட்பமும் காரணம் என்றால் மற்றொரு பகுதிக்கான முழு காரணம் அவருக்கும் அமெரிக்க கார் டீலர்ஷிப் துறைக்கும் இடையிலான போராட்டம்.

இதை போராட்டம், சண்டை, போர் என்று எப்படி வேண்டுமானாலும் கூறலாம். அமெரிக்க கார் டீலர்ஷிப் கூட்டமைப்பு, பத்திரிக்கை ஊடகம் வழியாக டெஸ்லாவின் மாடல் எஸ் கார்கள் பாதுகாப்பற்றவை, பயணத்தின் போது பாதியிலேயே

கைவிடக் கூடியவை என்று சகட்டு மேனிக்கு தாக்க, மஸ்க் தன்னுடைய பிளாக் *(blog)* வழியாகவும் டுவீட்கள் வழியாகவும் அவர்களுக்கான பதில் தாக்குதல்களை நடத்த மஸ்கின் பிரபல்யம் அதிகமானது.

அமெரிக்க கார் டீலர்ஷிப் கூட்டமைப்பு பல பில்லியன் டாலர்களில் புரலக் கூடிய தொழில் துறை. பல இலட்சம் அமெரிக்கர்களுக்கு வேலை வாய்ப்பை வழங்கும் அதே வேலையில் அமெரிக்க அரசியலிலும் பலமான இலாபிகளை வைத்திருக்கும் அமைப்பு. பொதுத் தேர்தல்களில் தங்களுக்கு சாதகமான நிலைப்பாடுகளை எடுக்கும் வேட்பாளர்களின் தேர்தல் பிரச்சாரங்களுக்கு கோடிகளில் கொட்டிக் கொடுப்பது அதன் வழக்கம். அதனுடன் மோதுவதும் ஒன்றுதான் தன் தலையில் தானே தீயை வைத்துக்கொள்வதும் ஒன்றுதான்.

பண பலம், ஆள் பலம், அரசியல் பலம் என்று அமெரிக்க வாகனத் தயாரிப்பு துறையை தன் கட்டுக்குள் வைத்திருக்கும் இந்த கூட்டமைப்புடன் இதற்கு முன்பே ஜி.எம் *(GM – General Motors)* எலெக்ட்ரிக் கார் தயாரிப்பு தொடர்பாக மல்லுக்கு நிற்க முடியாமல் பின் வாங்கிய கதையும் உண்டு. ஜி.எம் தன்னுடைய முதல் எலெக்ட்ரிக் காரான ஈ.வி.*1*-ன்னை *(EV1) 1996*-லேயே அறிமுகப்படுத்திவிட்டது.

ஆனால் அமெரிக்க கார் டீலர்ஷிப் கூட்டமைப்பு மற்றும் எண்ணெய் நிறுவனங்களின் கூட்டமைப்பின் எதிர்ப்புகளுக்கு முன்பாக தாக்குபிடிக்க முடியாமல் தன்னுடைய எலெக்ட்ரிக் காரை சந்தையிலிருந்து திரும்ப பெற்றுக்கொண்டது.

அப்போதும் பத்திரிக்கை ஊடகம் வழியாகத்தான் ஜி.எம்மினுடைய எலெக்ட்ரிக் காருக்கு எதிரான தாக்குதல் நிகழ்த்தப்பட்டது. எலெக்ட்ரிக் கார்களை வாங்கினால் அது எப்போது பேட்டரி தீர்ந்து பாதியிலேயே கைவிட்டுவிடுமோ என்கிற பீதியுடன்தான் (வாடிக்கையாளரின் இந்த பீதிக்கு ரேன்ஜ் ஆங்சைட்டி - *range anxiety* – என்கிற புதிய பதத்தையும் கொடுத்தன பத்திரிக்கைகள்) பயணம் செய்யவேண்டியிருக்கும் என்று தொடர்சியாக எழுதி ஜி.எம்மின் எலெக்ட்ரிக் காரை காலி செய்தன இரண்டு கூட்டமைப்புகளும்.

பண பலமும் அரசியல் பலமும் ஒருங்கே கொண்ட ஜி.எம் போன்ற ஒரு பாகாசுர *(behemoth)* கார் தயாரிப்பு நிறுவனத்தாலேயே இந்த இரண்டு கூட்டமைப்புகளையும் எதிர்த்து நிற்க முடியாத நிலையில்தான் மஸ்க் ஒற்றையாளாக இந்த இரு கூட்டமைப்புக்களையும் எதிர்த்து நின்று தனக்கும் தன்னுடைய எலெக்டிரிக் கார்களுக்கும் பிரபல்யத்தை தேடிக்கொண்டார்.

வழமையான பாகாசுர கார் தயாரிப்பு நிறுவனங்களுக்கு வராத இந்த துணிச்சல் எலன் மஸ்கிற்கு எங்கிருந்து வந்தது? டெக்னாலஜி, டெக்னாலஜியை தன்னுடைய தேவைகளுக்கு சாமார்த்தியமாக சிந்தித்து பயன்படுத்தும் மூலை, நிறைய முரட்டுத்தன முடிவுகள் மற்றும் கண் மூடித்தனமான வேகம். கூடவே கோடிகளில் முதலீடு. இவைகளிலிருந்துதான் எலன் மஸ்கிற்கான துணிச்சல் வந்தது. மிகச் சரியாக இவை அனைத்தும் வழமையான கார் தயாரிப்பு நிறுவனங்களிடமும் இல்லை, கார் டீலர்ஷிப் மற்றும் எண்ணெய் கூட்டமைப்புக்களிடமும் இல்லை.

எலெக்டிரிக் கார்களை விட, எலெக்டிரிக் கார்களை சந்தைப் படுத்த வைத்திருந்த திட்டங்களும், அதனை ஒட்டிய வாடிக்கையாளர் சேவை திட்டங்களுமே இரு பெரும் கூட்டமைப்புக்களையும் நிலை கொள்ளாமல் தவிக்கவிட்டது. தன் நிறுவனத்தின் எலெக்டிரிக் கார்களை தன்னுடைய கடைகளின் மூலமே விற்பனை செய்யவது என்பது மஸ்கின் முதல் அதிரடி. இதற்கென்று ஊரெங்கும் டெஸ்லா விற்பனை நிலையங்களை டெஸ்லாவே சொந்த முதலீட்டில் தொடங்கும். எத்தகைய டீலர்ஷிப்பும் கிடையாது.

டெஸ்லாவின் எலெக்டிரிக் கார் விற்பனை நிலையங்கள் வழமையான கார் டீலர்ஷிப் விற்பனை நிலையங்களைப் போன்று இருக்காது. ஆப்பிளின் ஐ-ஸ்டோரையும், ஸ்டார்பக் காபி விற்பனை கடைகளையும்கலந்துகட்டியது போன்றதாக இருக்கும்தன்னுடைய எலெக்டிரிக் கார் விற்பனை நிலையங்கள் என்று அறிவித்திருக்கிறார் மஸ்க். டெஸ்லா வெற்றிக் கரமாக இதை செய்துவிட்டாமல் மற்ற எலெக்டிரிக் கார் தயாரிப்பு டெக் நிறுவனங்களும் இதை பின்பற்றும். பிறகு கார் டீலர்ஷிப் தொழிலில் இருக்கும் அனைத்து நிறுவனங்களும் வீட்டிற்கு செல்ல வேண்டியதுதான்.
(இந்த லிங்கை சொடுக்கி டெஸ்லாவின் நேரடி எலெக்டிரிக்

கார் விற்பனை நிலையம் குறித்த காணொலியை பார்க்கலாம்; https://www.youtube.com/watch?v=fnFvXwpm2To அல்லது இந்த படத்திலிருக்கும் QR code-யை உங்களுடைய மோபைல் போனில் ஸ்கேன் செய்து அதன் மூலம் இந்த வீடியோவை காணலாம்).

நிறுவனங்கள் வீட்டிற்கு சென்றால் அதன் ஊழியர்களும் வீட்டிற்கு செல்ல வேண்டியதுதானே. ஷோரூம் மெக்கானிக்குகள், விற்பனை பிரதிநிதிகள், விற்பனையாளர்கள் என்று அனைவரும். விசயம் இத்துடன் நிற்கவில்லை. தன்னுடைய எலெக்டிரிக் கார்களின் பேட்டிரியை ஜார்ஜ் (எலெக்டிரிக் கார்கள் பேட்டரியில் ஓடக் கூடியவை) செய்வதற்காக வேண்டி சூப்பர் ஜார்ஜர்களை ஊர் முழுவதும் நெடுஞ்சாலைகள் முழுவதும் நட்டு வைக்க இருக்கிறது டெஸ்லா.

(இந்த லிங்கை சொடுக்கி டெஸ்லாவின் சூப்பர் ஜார்ஜர்கள் குறித்த காணொலியை பார்க்கலாம்; https://www.youtube.com/watch?v=fnFvXwpm2To அல்லது இந்த படத்திலிருக்கும் QR code-யை உங்களுடைய மோபைல் போனில் ஸ்கேன் செய்து அதன் மூலம் இந்த வீடியோவை காணலாம்).

பெட்ரோல் பங்குகளை ஓரம் கட்டிவிட்டு இந்த சூப்பர் ஜார்ஜர்கள் நிலையங்களை கொண்டுவரயிருக்கும் டெஸ்லா, அறிமுக நிலையில் பேட்டரி ஜார்ஜ் செய்வதற்கு எத்தகைய கட்டணமும் வாடிக்கையாளர்கள் செலுத்தவேண்டியதில்லை என்றும் தெரிவித்திருக்கிறது. அதாவது காருக்கான எரிபொருள் செலவு என்பதையே இல்லாமல் ஆக்கப்போகிறது டெஸ்லா. எத்தகைய செலவும் இல்லாத சுதந்திரமான கார் பயணம்தான் தன்னுடைய கனவுகளில் ஒன்று என்று இதுக் குறித்து சொல்கிறார் மஸ்க்.

ஆக பெட்ரோல் பங்க் டீலர்ஷிப் தொழிலும் ஓரங்கட்டி உட்கார வைக்கப்படும். உலகம் முழுவதிலும் பெட்டிரோல் நிலையங்களில் வேலை செய்யும் ஊழியர்களின் வேலை வாய்ப்பும் கேள்விக்குறிதான்.

என்னயிருந்தாலும் டெஸ்லாவின் கார் விற்பனை நிலையங்களில் வேலை பார்ப்பதற்கு சர்வீஸ் மெக்கானிக்குகளும், விற்பனையாளர்களும் தேவைதானே என்று நீங்கள் சமையோசிதமாக கேட்பது சரிதான். ஆனால் நாம் முன்பே பார்த்ததைப் போல தானியங்கி எலெக்டிரிக் கார்களை பழுதுப் பார்க்க மெக்கானிக்குகள் தேவையில்லை கணினி நிபுனர்கள்தான் தேவை.

தன்னுடைய விற்பனை நிலையங்களுக்கு தேவையான கணினி நிபுனர்களைத் தானே பயிற்ச்சி கொடுத்து வேலைக்கு அமர்த்திக் கொள்ளப்போவதாக டெஸ்லா அறிவித்திருக்கிறது. மேலும் டெஸ்லா விற்பனையாளர்களும் டெஸ்லாவின் கார்களை விற்க வேண்டி வாய்க்கு வந்ததையெல்லாம் பேசியோ அல்லது விலையை சரிக்கட்டியோ விற்பனை செய்துவிட முடியாது.

தங்களுடைய கார்களை வாடிக்கையாளர்களுக்கு எப்படி அறிமுகம் செய்யவேண்டும், தங்களுடைய கார்களின் சிறப்பு தொழில் நுட்ப அம்சங்கள் என்ன என்பதை எப்படி விளக்கவேண்டும் என்பது போன்ற பயிற்ச்சிகள் விற்பனையாளர்களுக்கு அளிக்கப்படும் என்றும் இதில் தேருபவர்களுக்கே வேலை என்றும் அறிவித்திருக்கிறது டெஸ்லா.

சூப்பர் ஜார்ஜர்கள் நிலையங்களைப் பொறுத்தவரையில் அவை அனைத்தும் தானியங்கி நிலையங்கள். எலெக்டிரிக் கார்களை ஜார்ஜர்களுக்கு முன்பு கொண்டு நிறுத்திவிட்டு காருக்குள் இருக்கும் மென்பொருளில் ஜார்ஜிங்கான ஆப்ஷனை கிளிக்கினால் போதும். பெட்டிரோல் நிலையங்களைப் போன்று இதற்கென்று தனி ஆட்கள் தேவையில்லை.

சந்தையில் டெஸ்லாவுடன் போட்டியிட வேண்டுமென்றால் எலெக்டிரிக் கார் தயாரிக்கும் மற்ற அனைத்து டெக் நிறுவனங்களும் டெஸ்லாவின் நேரடி கார் விற்பனை திட்டத்தையும், சூப்பர் ஜார்ஜர் திட்டத்தையும் கொண்டு வந்தேயாக வேண்டும். இதுப் போதாதென்று எலெக்டிரிக் வாகனங்களை வீட்டிலேயும் கூட மோபைல் போன்களை ஜார்ஜ் செய்வதைப் போன்று ஜார்ஜ் செய்துக்கொள்ளவும் முடியும்.

எலெக்டிரிக் கார்களின் வரவால் கார் டீலர்ஷிப் மற்றும் பெட்ரோல் டீலர்ஷிப் தொழில்களில் வேலையிழப்பு பிரச்சனை என்றால் மின்சாரத் துறைக்கு வேறு வகையான பிரச்சனை காத்திருக்கிறது. ஆயிரக் கணக்கிலான எலெக்டிரிக் கார்களின் பேட்டரிகள் தங்களுடைய ரீ-ஜார்ஜின் போது வழக்கத்தை விட அதிகப்படியான மின்சாரத்தை உறிஞ்சும்.

மின்சார சேவையிலும் தேவையிலும் பூர்த்தியடைந்திருக்கும் மேலை நாடுகளிலேயே இது பிரச்சனையாகப் பார்க்கப்பட்டு இதை சமாளிப்பதற்கான மின்சார உள் கட்டமைப்பு தொடர்பான மாற்றங்கள் குறித்து ஆய்வுகளும் விவாதங்களும் தொடங்கியிருக்கின்றன.

எலெக்டிரிக் வாகனங்களின் விற்பனையும் பயன்பாடும் அதிகரிக்க அதிகரிக்க மின்சாரத்தின் தேவையும் பல மடங்கு அதிகரிக்கும். தற்போதிருக்கும் மின்சார டிரான்ஸ்பார்மர் உள்கட்டமைப்புக்களால் அதிகரிக்க இருக்கும் இந்த மின்சார தேவையை சமாளிக்க முடியாது என்பதால் மின்சார டிரான்ஸ்பார்மர் உள்கட்டமைப்பை மேம்படுத்துவது தொடர்பான நடவடிக்கைகளை வளர்ந்த நாடுகள் எடுக்கத் தொடங்கிவிட்டன. மேலும் நாளின் குறிப்பிட்ட நேரங்களில் (இரவு நேரங்களில்) மின்சார வாகனங்களை ரீஜார்ஜ் செய்வதற்கான நேரக் கட்டுப்பாடுகளையும் கொண்டுவர திட்டம் வைத்திருக்கின்றன.

நம்மைப் போன்ற வளரும் நாடுகளில் அதிகப்படியான ஏசி *(AC)* பயன்பாடே மாதத்திற்கு பலமுறை மின்சார டிரான்ஸ்பார்மர்களை செயலிழக்க செய்து நாளின் பல மணி நேரங்களுக்கு மின் தடையை ஏற்படுத்திக்கொண்டிருக்கும்போது டூவீலர், கார் மற்றும் லாரிப்போன்று எலெக்டிரிக் வாகனங்கள் ரீஜார்ஜில் இறங்கினால்?

எலெக்டிரிக் வாகனங்கள் தங்களுடைய ரீஜார்ஜின் போது அதிகப்படியான மின்சாரத்தை உறிஞ்சினாலும் தங்களுடைய பேட்டரியில் சேமிக்கப்பட்டிருக்கும் தேவைக்கு அதிகமான மின்சாரத்தை மீண்டும் மின்சாரத் துறைக்கே அவைகளால் திரும்ப கொடுத்துவிடவும் முடியும். இதற்கு வெயிக்குள்-டூ-கிரிட் தொழில்நுட்பம் *(V2G, Vehicle-to-grid technology)* என்று பெயர்.

அதாகப்பட்டது உங்கள் பகுதியில் திடீரென்று (அதென்ன திடீரென்று! அது நினைத்த நேரத்தில் போவதும் வருவதும் நம்மூர் மின்சாரத்தின் வழக்கம்தானே) மின்சாரம் தடைப்பட்டுவிட்டால் உங்கள் பகுதியிலிருக்கும் எலெக்டிரிக் வாகனங்கள் தங்களின் தேவைக்கு போக மீதமிருக்கும் மின்சாரத்தை (பேட்டரியில்) உங்கள் வீடுகளுக்கு வழங்கும்.

V2G தொழில்நுட்பத்தை சாத்தியப்படுத்தப் போவது எலெக்டிரிக் வாகனங்களை ரீஜார்ஜ் செய்யப் பயன்படுத்தப்படும் ஜார்ஜர்கள். இந்த ஜார்ஜர்களை தனியாக வீடுகளிலும் பொருத்திக்கொள்ளலாம் அல்லது எலெக்டிரிக் கார் தயாரிப்பு நிறுவனங்கள் தங்களுடைய வாகனங்களுக்குள்ளேயே இவை இருக்கும்படியும் தயாரிக்கலாம்.

தற்போது வரும் எலெக்டிரிக் கார்கள் மூன்று நிலைகளில் தங்களுடைய பேட்டரியை ஜார்ஜ் செய்கின்றன. அடிப்படை நிலை 1 (Level 1), 1-2 கிலோவாட் வரை மின்சாரத்தை பயன்படுத்தி ஜார்ஜ் செய்வது. காரின் பேட்டரி மிக குறைந்த வேகத்தில் குறைந்த அளவிலேயே ஜார்ஜ் ஆகும்.

நிலை 2 (Level 2), 4 முதல் 20 கிலோவாட் வரை மின்சாரத்தை பயன்படுத்தி ஜார்ஜ் செய்வது. இது சற்று வேகமாகவும் பேட்டரியின் முழு அளவிற்கும் ஜார்ஜ் செய்யும்.

நிலை 3 (Level 3), இது மிக மிக வேகமாக காரின் பேட்டரியை ஜார்ஜ் செய்துவிடும். காரணம் இது நேரடி மின்சாரத்தை (DC) அப்படியே காரின் பேட்டரிக்கு கடத்துவதால்.

V2G தொழில்நுட்பம் நிலை 2 மற்றும் நிலை 3-ல் பயன்படுத்தப்படும். அது சரி இந்த தொழில்நுட்பம் (V2G) மின்சாரத் துறையில் என்ன மாற்றத்தை உண்டாக்கும்? உள்கட்டமைப்பு அளவில் இதற்கென்று பெரிய மாற்றங்கள் எதையும் செய்யவேண்டியிருக்காது என்றாலும் அரசின் கொள்கை அளவில் புதிய மாற்றங்களை கொண்டுவர வேண்டியிருக்கும்.

இதுவரை தான் வழங்கும் மின்சார சேவைக்கு அரசு பொது மக்களிடமிருந்து கட்டணம் வசூலித்துக்கொண்டிருப்பது தெரிந்த

விசயம்தான். ஆனால் பொது மக்கள் பயன்படுத்த தொடங்கும் எலெக்டிரிக் வாகனங்கள், தங்களுடைய தேவைக்கு அதிகமாக தங்களுடைய பேட்டரியில் சேமித்து வைக்கப்பட்டிருக்கும் மின்சாரத்தை திரும்பவும் அரசிடமே கொடுக்கும்போது அரசு எவ்வகையில் அதை அங்கீகரிக்கப் போகிறது என்கிற கொள்கையை அரசு எடுக்கவேண்டியிருக்கும்.

சந்தையில் ஏற்படும் அதிக மின்சார நெடுக்கடியின்போது பொது மக்களில் சிலர் அரசுக்கு தேவையான மின்சாரத்தை தங்களுடைய எலெக்டிரிக் வாகனங்களின் பேட்டரிகள் வழியாக திரும்ப கொடுப்பதன் மூலம் அரசுக்கு சேவை செய்யும் நிலைக்கு மாறுகிறார்கள்.

பொதுமக்களின் இந்த சேவைக்காக அவர்களுக்கு கட்டணம் செலுத்துவதா அல்லது அரசு அவர்களுக்கு வழங்கும் மின்சார சேவையில் சலுகைகள் வழங்குவதன் மூலம் பொதுமக்களின் சேவையை அங்கீகரிப்பதா என்கிற கொள்கை முடிவை குறித்து அரசு சிந்திக்கவேண்டியிருக்கும்.

எலெக்டிரிக் வாகனங்களின் ஜார்ஜர்களும் பேட்டரிகளும் பல புதிய நேரடி மற்றும் மறைமுக வேலை வாய்ப்புகளையும் தொழில் வாய்ப்புக்களையும் வழங்க இருக்கிறது என்பது மட்டும் இப்போதைக்கு நிச்சயம். காரணம் இந்த இரண்டும் எலெக்டிரிக் வாகனங்களை தயாரிக்கும் டெக் நிறுவனங்களுக்கான மிகப் பெரும் சவாலாக இருப்பவை. அதிலும் முக்கியமாக பேட்டரி தொழில் நுட்பம்.

எலெக்டிரிக் வாகனங்களை பொறுத்தவரையில் இனி மைலேஜ் என்கிற வார்த்தைக்கு இடமில்லை. அந்த இடத்திற்கு ரேன்ஜ் (*range*) என்கிற வார்த்தை வந்துவிட்டது. வைத்திருக்கும் அல்லது வாங்க இருக்கும் எலெக்டிரிக் வாகனத்தின் ரேன்ஜ் என்ன என்று கேட்பது இனி சகஜமாகிவிடும். எலெக்டிரிக் வாகனங்களில் இருக்கும் பேட்டரி எவ்வளவு கிலோமீட்டர்களுக்கு அந்த வாகனத்தை ஓட வைக்கிறது என்பதை சொல்வது ரேன்ஜ். டெஸ்லாவின் எலெக்டிரிக் கார்கள் ஒரு முறை முழுமையாக ஜார்ஜ் செய்யப்பட்டால் அதன் பேட்டரி 230 மைல் ரேன்ஜ் தரும் என்று டெஸ்லா சொல்கிறது.

அதாவது சுமார் 450 கிலோ மீட்டர்கள் டெஸ்லாவின் கார்கள் ஓடும். அதன் பிறகு அதன் பேட்டரியில் இருக்கும் மின்சாரம் தீர்ந்துவிடும் மீண்டும் அதை ஜார்ஜ் செய்யவேண்டும்.

வாகனத்தை ஓட்டக் கூடிய இந்த பேட்டரியின் ரேன்ஜை எப்படி அதிகப்படுத்துவது என்பதே இப்போதைக்கு டெக் நிறுவனங்களின் முன்னால் இருக்கும் மிக பெரும் சவாலாக இருக்கிறது. எலெக்டிரிக் வாகனத் தயாரிப்பை பொறுத்தமட்டில் பேட்டரியின் ரேன்ஜை அதிகப்படுத்தக் கூடிய எந்த ஒரு தொழில் நுட்பமும் எலெக்டிரிக் வாகனத் தயாரிப்பின் தலைவிதியையே மாற்றிவிடக் கூடிய சக்திக்கொண்டதாக இருக்கிறது.

சக்திகளுக்கு இடையிலான போர்– பேட்டரிகள், ஹடிரஜன்

பேட்டரி தொழில் நுட்பம் இல்லையென்றால் எலெக்டிரிக் வாகனங்கள் கிடையாது. எலெக்டிரிக் வாகனங்களின் வரமும் சாபமும் இரண்டும் பேட்டரிகள்தான். மின்சாரம், மின்னணு மற்றும் வேதியில் ஆகிய துறைகளில் நடைமுறை அனுபவமும் அறிவும் கொண்ட அனைவருக்கும் பெரும் வாய்ப்புகளை திறந்து வைத்துக்கொண்டு உட்கார்ந்திருக்கிறது பேட்டரிகள்.

தொடக்கத்தில் லெட் ஆசிட் பேட்டரிகளும் *(lead–acid battery),* நிக்கல் மெட்டல் ஐடிரைட் பேட்டரிக்களும் *(Nickel Metal Hydride)* எலெக்டிரிக் வாகனங்களில் பயன்படுத்தப்பட்டது. இவைகளின் சக்தி *(energy)* செயல்பாட்டு குறைகளின் காரணமாக இவை தவிர்க்கப்பட்டு இப்போது பெரும்பான்மையாக லித்தியம் ஐயன் *(Lithium Ion)* பேட்டரிகள் எலெக்டிரிக் வாகனங்களில் பயன்படுத்தப்படுகிறது. நம்முடைய செல்போன்களில் இருக்கும் அதே வகையரா பேட்டரிதான்.

லித்தியம் ஐயன் பேட்டரி தொழில் நுட்பத்தின் மற்றொரு வகையான என்.எம்.சி *(NMC – nickel, manganese, cobalt* என்பதன் சுருக்கம்*)* பேட்டரிக்கள் மேம்பட்ட தொழில் நுட்பமாக பார்க்கப்படுகிறது. மேலும் சிங்க-ஏர் *(Zinc-air)* பேட்டரி தொழில் நுட்பமும் லித்தியம் ஐயன் பேட்டரி தொழில் நுட்பத்திற்கான மாற்றாகப் பார்க்கப்படுகிறது.

எலெக்டிரிக் வாகனங்களுக்கான இந்த பேட்டரி பிரச்சனை ஒன்றே தற்போதைக்கு பெரு எண்ணெய் நிறுவனங்களுக்கான ஆறுதல் பெரு மூச்சு. பேட்டரிகளை முழுமையாக நம்பி தங்களுடைய எலெக்டிரிக் வாகனங்களை தயாரிக்க தயங்கும் நிறுவனங்கள் பிளக்-இன் ஹைபிரிட் *(plug in hybrid electric vehicles)* வகை எலெக்டிரிக்

வாகனங்களை தயார் செய்கின்றன. இந்த வகை எலெக்டிரிக் வாகனங்களில் வழமையான கம்பஸ்டன் என்ஜின்களும் (தற்போதைய கார்களில் இருக்கும் என்ஜின்) இருக்கும் மோட்டார்களும் இருக்கும். இதன் மோட்டார் இயங்க பேட்டரியை ஜார்ஜ் செய்ய வேண்டும், கம்பஸ்டன் என்ஜின் இயங்க பெட்ரோலோ அல்லது டீசலோ நிரப்ப வேண்டும். இரண்டிற்கும் இதில் வழி இருக்கும். *(இந்த லிங்கை கிளிக் செய்து பிளக்-இன் ஹைபிரிட் எலெக்டிரிக் வாகன இயங்குமுறை குறித்த காணொலியை பார்க்கலாம்; https://www.youtube.com/watch?v=RXPyxbwPn3M அல்லது இந்த QR code-யை உங்கள் செல்போனில் ஸ்கேன் செய்து இந்த காணொலியை உங்கள் செல்போனில் காணலாம்)*

எலெக்டிரிக் கார்களில் (வாகனங்களில்) மூன்று வகை இருக்கின்றன. முதலாவது முழுக்க முழுக்க பேட்டரியை அடிப்படையாக கொண்டு செயல்படும் எலெக்டிரிக் வாகனம். இந்த வகை வாகனங்களின் மோட்டார்களை, பேட்டரிகளே இயக்கும். இரண்டாவது வகை பிளக்-இன் ஹைபிரிட் எலெக்டிரிக் வாகனம். மூன்றாவது பியூயல் செல் ஹடிரஜன் வாகனங்கள் *(fuel cell electric vehicles)*.

மூன்றாவதான பியூயல் செல் ஹடிரஜன் வகை எலெக்டிரிக் வாகனங்கள் ஹடிரஜனை எரிபொருளாக எடுத்துக்கொண்டு வாகனத்திற்குள்ளேயே மின்சாரத்தை உருவாக்கி அதை மோட்டார் இயங்குவதற்கு வழங்கும். *(இந்த லிங்கை கிளிக் செய்து பியூயல் செல் ஹடிரஜன் வகை எலெக்டிரிக் வாகனங்கள் எப்படி இயங்குகின்றன என்பதை பார்க்கலாம்; https://www.youtube.com/watch?v=tajigZ2e6tQ அல்லது இந்த QR code-யை உங்கள் செல்போனில் ஸ்கேன் செய்து இந்த காணொலியை உங்கள் செல்போனில் காணலாம்)*

டோயோட்டா *(Toyota)* பியூயல் செல் ஹடிரஜன் வகை தொழில் நுட்பத்தை தன்னுடைய எலெக்டிரிக் வாகனத் தயாரிப்பில்

பிரதானமாக பயன்படுத்துகிறது. ஒருப்படி மேலே போய் பியூயல் செல் ஹடிரஜன் தொழில் நுட்பத்தின் பிரச்சாரகராகவும் கூட செயல்படுகிறது. அமெரிக்க ஆட்டோ-டெக் நிறுவனங்கள் *(Autotech* – என்பது வாகனத் தயாரிப்பில் இறங்கும் மென்பொருள் நிறுவனங்களை குறிக்க பயன்படுத்தப்படும் சொல்*)* லித்தியம் பேட்டரிகளை தங்களுடைய இரட்சகராக பார்க்க டோயோட்டா எத்தகைய ஆர்பாட்டமும் இல்லாமல் பியூயல் செல் ஹடிரஜன் தொழில் நுட்பத்தை அடுத்தக் கட்டத்தை நோக்கி நகர்த்திக்கொண்டிருக்கிறது. டோயோட்டாவின் மிராய் *(Mirai)* இரக கார்கள் இதற்கான உதாரணம்.

மின்சாரதேவையில்பூர்த்தியடைந்துவிட்ட மேற்கத்திய நாடுகளுக்கு பேட்டரி எலெக்டிரிக் கார்கள் ஏற்றவையாக இருந்தாலும் நம்மைப் போன்ற வளரும் நாடுகளுக்கு அது மின்சார தேவை பிரச்சனைகளை உருவாக்கும் என்கிற வகையில் பியூயல் செல் ஹடிரஜன் எலெக்டிரிக் வாகனங்களே மிகவும் ஏற்ப்புடையதாக இருக்கும்.

இந்த வகையில் வளரும் நாடுகளின் மின்சார தேவைப் பிரச்சனையை தெரிந்தோ தெரியாமலோ டோயோட்டா கணக்கச்சிதமாக பயன்படுத்தி பியூயல் செல் ஹடிரஜன் தொழில் நுட்பத்தை தனக்கான மந்திரக் கோலாக கையிலெடுத்திருக்கிறது என்று துணியலாம்.

எலெக்டிரிக் வாகனத்திற்கான பேட்டரி தயாரிப்பு போட்டியில், பியூயல் செல் எரிபொருளுக்கான முக்கிய இடத்தை கொடுக்க டோயோட்டா, தன்னுடைய எலெக்டிரிக் வாகனத் தயாரிப்பு தொடர்பான அறிவுசார் தொழில்நுட்ப சொத்துக்களை இலவசமாக இணையத்தில் வழங்கியிருக்கிறது. மற்ற நிறுவனங்களும் இதை பயன்படுத்த முன்வருவதன் மூலம் பியூயல் செல் ஹடிரஜன் எலெக்டிரிக் வாகனத் தொழில் நுட்பத்தை சந்தையின் அசைக்க முடியாத தொழில் நுட்பமாக மாற்ற முடியும் என்று கருதுகிறது டோயோட்டா.

எலெக்டிரிக் வாகனத் தயாரிப்பு தொழில் நுட்பம் (பேட்டரி, பிளக்-இன் ஹைபிரிட் மற்றும் பியூயல் செல் ஹடிரஜன் தொழில் நுட்பங்கள்) தொடர்பான *24,000* தொழில்நுட்ப உத்திகளையும்,

பியூயல் செல் ஹடிரஜன் எலெக்டிரிக் வாகனத் தயாரிப்பு தொடர்பான 5,000 தொழில் நுட்ப உத்திகளையும் இலவசப்படுத்தியிருக்கிறது டோயோட்டா.

டோயோட்டாவின் தொழில் நுட்ப உத்திகளை பயன்படுத்தி தயாரிக்கப்படும் எலெக்டிரிக் கார் தயாரிப்பு நிறுவனங்களுக்கு குறைந்த கட்டணத்தில் தொழில் நுட்ப உதவிகளையும் வழங்கத் தயார் என்றும் அறிவித்திருக்கிறது (2015-ல்). டெஸ்லா இதற்கு முந்தைய வருடத்தில் தன்னுடைய எலெக்டிரிக் வாகனத் தயாரிப்பு தொழில் நுட்ப உத்திகளை இப்படி பொது வெளியில் சந்தைப்படுத்தியிருந்தது.

நம்மூர் கார் சந்தையில் ஒரு சில ஆண்டுகளுக்கு முன்பு வரை முதலிடத்திலிருந்த ஹூண்டாயும் கூட பியூயல் செல் ஹடிரஜன் எலெக்டிரிக் கார் தயாரிப்பை நோக்கி திரும்பியிருக்கிறது. தென் கொரியாவில் மட்டும் 2030-க்குள் ஏழ இலட்சம் பியூயல் செல் ஹடிரஜன் எலெக்டிரிக் கார்களை தயாரிக்க திட்டம் வைத்திருக்கிறது ஹூண்டாய். இந்திய சந்தையிலும் பியூயல் செல் ஹடிரஜன் எலெக்டிரிக் கார்களை ஹூண்டாய் இறக்கும்.

மேலும் தற்போதிருக்கும் பெட்ரோல்/டீசல் விநியோக நிலையங்களில் சில உள் கட்டமைப்பு மாறுதல்களை செய்வதன் மூலம் அவைகளை ஹடிரஜன் எரிபொருள் நிரப்பும் நிலையங்களாக மாற்றிவிட முடியும். இந்த முறையில் குறைந்த பட்சம் எரிபொருள் விநியோகஸ்தர்களின் தொழிலுக்கும், எரிபொருள் நிரப்பும் நிலையங்களில் வேலை செய்யும் இலட்சக் கணக்கான ஊழியர்களின் வேலை வாய்ப்பிற்கும் பிரச்சனை இல்லாமல் பார்த்துக்கொள்ளவும் முடியும்.

தற்போது சந்தையிலிருக்கும் அனைத்து விதமான பேட்டரி எலெக்டிரிக் கார்களின் (வாகனங்களின்) ஜார்ஜிங் நேரம் என்பது குறைந்த பட்சம் அரை மணி நேரம் முதல் அதிக பட்சமாக ஒரு மணி நேரம் வரை எடுக்கிறது. இந்த நடைமுறை சிக்கல் பியூயல் செல் ஹடிரஜன் எலெக்டிரிக் வாகனங்களுக்கு கிடையாது. வழக்கமாக பெட்ரோல் நிலையங்களுக்கு சென்று எரிபொருள் நிரப்புவதைப் போன்றே ஹடிரஜனை எரிபொருளாக நிரப்பிக்கொண்டு நம்

வேலையை பார்க்க போய்விடலாம்.
(இந்த லிங்கை கிளிக் செய்து ஹடிரஜன் எரிபொருள் நிலைய இயங்கு முறை காணொலியை பார்க்கலாம்; https://www.youtube.com/watch?v=soC2YlGULNU அல்லது இந்த QR code-யை உங்கள் செல்போனில் ஸ்கேன் செய்து இந்த காணொலியை உங்கள் செல்போனில் காணலாம்)

அடுத்த வருடம் (2020) டோக்கியோவில் நடைப்பெற இருக்கும் ஒலிம்பிக் போட்டியின்போது தன்னுடைய பியூயல் செல் ஹடிரஜன் வாகனங்களால் நிரப்பப்பட்ட (கார்கள், பேருந்துகள், டிரக்குகள் என்று) நகரை உலக மக்களின் பார்வைக்கு காட்ட திட்டமிட்டிருக்கிறது டோயோட்டா.

லித்தியம் பேட்டரிகளுக்கும் ஹடிரஜனக்கும் இடையிலான போர் எலெக்டிரிக் வாகனத் தயாரிப்பில் பெரும் தாக்கத்தை செலுத்தும் கையோடு சூழலியலிளும் தாக்கங்களை செலுத்தயிருக்கிது. லித்தியம் உப்பு சுரங்கங்கள் (லித்தியம் பேட்டரி தயாரிப்புக்கான மூலப் பொருள், லித்தியம் உப்பு) தங்களுடைய சூழலியல் பாதிப்புக்களை லித்தியம் முக்கோணம் என்று அழைக்கப்படும் அர்ஜென்டினா, போலீவியா மற்றும் சிலி ஆகிய நாடுகளில் காட்டத் தொடங்கிவிட்டது.

பூமிக்கு அடியிலிருந்து துளைப்போட்டு எடுக்கப்படும் லித்தியம் உப்புக் கலந்த (மக்னீஷியம், போட்டாஷியம் மற்றும் போராக்சும் இதில் கலந்திருக்கும்) நீரிலிருந்து லித்தியத்தை மாத்திரம் பிரித்தெடுக்க பல கேலன்களில் தண்ணீர் தேவைப்படும். குறிப்பிட்ட நிலப்பகுதியின் 50% தண்ணீரை லித்தியம் உற்பத்தி செய்வதற்கு என்றே பயன்படுத்தியாக வேண்டும். அப்படித்தான் லித்தியம் முக்கோணம் நாடுகளிலும் நடந்துகொண்டிருக்கிறது.

சிலியின், சாலர் டே அட்டகாமா பகுதியில் அமைந்திருக்கும் லித்தியம் சுரங்கள் அந்த பகுதியின் 65% தண்ணீரை காலி செய்துக்கொண்டிருக்கிறது. இது அந்த பகுதி உள்ளூர் விவசாயிகளுக்கு பெரும் பிரச்சனையாக மாறிக்கொண்டிருக்கிறது.

விவசாயிகளுக்கு மாத்திரமல்ல அந்த நிலப்பகுதியின் விலங்கினங்களான லாமாக்களும் குயினோக்களும் இது பிரச்சனையாக மாறிக்கொண்டிருக்கிறது. லித்தியம் தயாரிக்கும் நிலப்பகுதியை சுற்றியிருக்கும் ஆறு, குளம், கிணறுகள் போன்ற நீர்நிலைகளிலும் இது பாதிப்புகளை ஏற்படுத்தி நன்நீர் மீன் இனங்களை காலி செய்துக்கொண்டிருக்கிறது.

அமெரிக்கா, திபெத், ஆஸ்டிரேலியா போன்ற நாடுகளில் அமைந்திருக்கும் லித்தியம் சுரங்கங்களும் இதே பிரச்சனைகளை ஏற்படுத்திக்கொண்டிருக்கின்றன. லித்தியம் பேட்டரி தயாரிப்பின் மற்றொரு முக்கிய மூலப்பொருள் கோபால்ட். உலகின் வேறு எந்த பகுதியையும் விட மத்திய ஆப்பிரிக்க நிலப்பகுதிகளிலேயே மிகவும் குறிப்பாக காங்கோ நாட்டிலேயே கோபால்ட் பெருமளவில் கிடைக்கிறது. காங்கோவில் சுரங்கம் அமைத்தெல்லாம் கோபால்ட்டை எடுக்க வேண்டிய அவசியமில்லை. கையால் இரண்டு பிடி மண்ணை தோண்டி வெளியில் போட்டாலே அதில் கோபால்ட் கிடைக்கும்.

இதன் காரணமாக காங்கோவில் கோபால்ட் சேகரிக்கும் வேலையில் சிறுவர்களும் கூட பெருமளவில் ஈடுபடுத்தப்படுவதாக குற்றச்சாட்டுகள் எழுகின்றன. லித்தியம் பேட்டரிக்களுக்கான தேவை அதிகரிக்கும்போது கோபால்டுக்கான தேவையும் அதிகரிக்கும். தேவை அதிகரித்தால் காங்கோவின் நிலை?

ஹடிரஜன் தயாரிப்பும் லேசுப்பட்ட காரியம் அல்ல. தற்போது எண்ணெய் உற்பத்தி செலவிடப்படும் தொகையை நிகராக ஹடிரஜன் உற்பத்திக்கும் செலவிட்டாக வேண்டும். மீத்தேனிலிருந்து ஹடிரஜனை பிரித்தெடுக்க அதிகப்படியான மின்சாரம் தேவை. அந்த அதிகப்படியான மின்சாரத்திற்கு நிலக்கரி சுரங்கங்களின் விரிவாக்கமே இப்போதைக்கான தீர்வு. அதிகப்படியான நிலக்கரி உற்பத்தி அதிகப்படியான காற்று மாசுக்களை ஏற்படுத்தும். மேலும் பூமி வெப்பமயமாதலையும் அதிகரிக்கும்.

வாகனங்கள் ஏற்படுத்தும் காற்று மாசை கட்டுப்படுத்த வேண்டும், பூமி வெப்பமயமாதலை தடுக்கவேண்டும் என்கிற நோக்கங்களுடன்தான் எலெக்டிரிக் வாகனத் தயாரிப்பு

முன் வைக்கப்படுகிறது. ஆனால் அவைகள் பயன்படுத்தும் எரிபொருட்கள் தொடங்கிய இடத்திலேயே சுற்றி வளைத்து நம்மை கொண்டு வந்து நிறுத்துவதாக இருக்கிறது.

ஆனால் ஒன்று நிச்சயம் பேட்டரி மற்றும் பியூயல் செல் எரிபொருள் சார்ந்த துறைகள் கணிசமான வேலை வாய்ப்புக்களை உள்ளூர் அளவில் உருவாக்குவதற்கான வாய்ப்புகள் அதிகம். இப்போதிலிருந்து அது சார்ந்த தேடல்களையும் ஆய்வுகளையும் முன்னெடுப்பவர்கள் எதிர்காலத்தில் கரையேறிவிடலாம்.
சீனாவும் ஜப்பானும் இப்போதைக்கு லித்தியம் மூலப்பொருள் தயாரிப்பில் முன்னிலையில் இருக்கின்றன. அமெரிக்க மற்றும் ஐரோப்பிய டெக் நிறுவனங்கள் லித்தியம் பேட்டரி உற்பத்திக் இந்த இரு நாடுகளையுமே பெருமளவில் சார்ந்திருக்கின்றன. இந்த வகையில் தானியங்கி மற்றும் எலெக்டிரிக் வாகன உற்பத்திப் போட்டியில் கூடுதல் பலத்துடன் முன்னேறிக்கொண்டிருக்கின்றன.

வீட்டிலேயே கார் தயாரித்துவிடலாம் – *3D* பிரிண்டிங்

உண்மைதான் அடுத்த பத்து அல்லது பதினைந்து ஆண்டுகளில் உங்கள் வீட்டின் வரவேற்ப்பறையிலேயே உட்கார்ந்து கொண்டு உங்கள் குடும்பத்திற்கு தேவையான தானியங்கி எலெக்டிரிக் காரை பிரிண்டிங் மிஷின் மூலம் பிரிண்ட் அவுட் எடுத்துவிடலாம். இதற்கு உங்களுக்கு தேவைப்படப் போவதெல்லாம் கணினி, *3d* மென்பொருள், *3d* பிரிண்டிங் மிஷின் மற்றும் அடிட்டிவ்ஸ் *(additives)* அவ்வளவுதான்.

கணினி துறையில் ஆர்டிபிஷியல் இண்டலிஜன்ஸ் எப்படி ஒரு தொழில் நுட்ப புரட்சியோ அதேப் போன்றது பொருட்கள் உற்பத்தி துறையில் *(manufacturing)* *3d* பிரிண்டிங். ஒட்டுமொத்த பொருட்கள் உற்பத்தி துறையையும் அடியோடு புரட்டிப்போட காத்துக்கொண்டிருக்கிறது *3d* பிரிண்டிங். காத்துக்கொண்டிருக்கிறது என்பதை விட தன்னுடைய ஆட்டத்தை அது தொடங்கிவிட்டது என்று சொல்வது ஏக பொறுத்தமாக இருக்கும்.

தானியங்கி வாகனங்கள் எப்படி உள்ளூர் அளவில் மெக்கானிக் ஷாப்களை இல்லாமல் ஆக்கப்போகிறதோ அதேப் போன்று *3d* பிரிண்டிங் தொழில் நுட்பம் உள்ளூர் அளவில் இருக்கும் லேத்து பட்டறைகளையும், வாகன உதிரி பாக தொழிற்சாலைகளையும் வீட்டுக்கு அனுப்பி வைக்க இருக்கிறது. இப்போது நாம் பழக்கப்பட்டிருக்கும் ஜெராக்ஸ் மற்றும் பிரிண்டிங் கடைகளைப் போன்று இனி வரும் நாட்களில் *3d* பிரிண்டிங் கடைகளை பார்க்கலாம்.

நீங்கள் பயன்படுத்தும் வாகனத்தின் – அது அநேகமாக அடுத்த ஒரு சில வருடங்களுக்கு எலெக்டிரிக் வாகனமாகத்தான் இருக்கும் –

உதிரி பாகம் ஒன்று பழுதாகிவிட்டது அல்லது உடைந்து விட்டது என்று வைத்துக்கொள்வோம். நீங்கள் செய்ய வேண்டியதெல்லாம் உடைந்த பாகத்தை உங்கள் செல்போனில் போட்டோவாக எடுத்துக்கொண்டு உங்கள் தெருவின் முக்கிலிருக்கும் 3d பிரிண்டிங் கடைக்கு செல்ல வேண்டியது மட்டுமே.

அந்த 3d பிரிண்டிங் கடையில் இருக்கும் இளைஞர் – அநேகமாக தொழில் முனைவராக சொந்த முதலீட்டில் அந்த கடையை திறந்திருப்பார் – உங்கள் செல்போனிலிருக்கும் உடைந்த வாகன பாகத்தின் புகைப்படத்தை தன்னுடைய கணினியில் காப்பி செய்துக்கொள்வார். கணினியிலிருக்கும் புகைப்படத்தை, அவருக்கு நன்கு தெரிந்த 3d டிசைனிங் மென்பொருக்குள் கொண்டு சென்று அதை தனித் தனி லேயர்களாக டிசைன் செய்துகொள்வார்.

பிறகு லேயர்களாக பிரிக்கப்பட்ட அந்த புகைப்படத்தை கணினியுடன் இணைந்திருக்கும் 3d பிரிண்டிங் மெஷினுக்கு பிரிண்ட் என்று கிளிக் செய்து அனுப்பிவிடுவார். அவ்வளவுதான் உடைந்த உங்களுடைய வாகனத்தின் அளவைப் பொருத்து 3d பிரிண்டிர் அதை பிரிண்ட் செய்ய (உற்பத்தி செய்ய) அதற்கான நேரத்தை எடுத்துக்கொள்ளும். உதிரிபாகம் முழுதுமாக பிரிண்ட் ஆனதும் சில போஸ்ட் ப்ரோசஸிங் வேலைகளை பார்த்து அநேகமாக பதினைந்து நிமிடங்களுக்குள் 3d பிரிண்டிங் கடை இளைஞன் புதிய பாகத்தை உங்களிடம் கொடுத்துவிடுவார்.

(இந்த லிங்கை கிளிக் செய்து 3d பிரிண்டிங் மூலம் கார் உதிரி பாகம் பிரிண்ட் செய்யப்படும் காணொலியை பார்க்கலாம்; https://www.youtube.com/watch?v=HVgPM1ojyLw அல்லது இந்த QR code-யை உங்கள் செல்போனில் ஸ்கேன் செய்து இந்த காணொலியை உங்கள் செல்போனில் காணலாம்)

உடைந்த பாகத்தை கழற்றி வீசிவிட்டு 3d பிரிண்டிங் மெஷின் பிரிண்ட் எடுத்துக் கொடுத்த புத்தம் புதிய பாகத்தை உங்கள் எலெக்டிரிக் வாகனத்தில் நீங்களே பொருத்திவிட்டு வேறு வேலையை பார்க்க செல்ல வேண்டியதுதான். வாகனம் என்றில்லை நீங்கள் சமைக்க பயன்படுத்தும் குக்கர் பழுதாகிவிட்டது என்று

வைத்துக்கொள்வோம். நீங்கள் செய்ய வேண்டியதெல்லாம் அதை உங்கள் செல்போனில் புகைப்படம் எடுத்துக்கொண்டு தெரு முக்கிலிருக்கும் அதே *3d* பிரிண்டிங் கடைக்கு செல்ல வேண்டியது மாத்திரம்தான். அடுத்த அரை மணி நேரத்தில் புதிய குக்கருடன் வீட்டிற்கு நடையை கட்ட வேண்டியதுதான்.

அப்படியென்றால் வாகன உதிரி பாகம் தொழிலில் ஈடுபட்டிருப்பவர்கள்? ஒன்று அவர்கள் *3d* பிரிண்டிங் தொழில் நுட்ப தேவைகளுக்கு ஏற்ப தங்களை தகவமைத்துக் (அப்டேட்) கொள்ளவேண்டும் அல்லது வீட்டில் படுத்து அக்கடா என்று தூங்கி பொழுதை கழிக்கவேண்டும். குடும்பம் குட்டியை வைத்துக்கொண்டு யார்தான் அக்காட என்று வீட்டில் தூங்கி பொழுதை கழிக்க துணிவார்கள். ஆக எதிரில் இருக்கும் ஒரேவழி உங்களை அப்டேட் செய்துக்கொள்வது மாத்திரமே.

வாகன உதிரி பாகங்களை மாத்திரமல்ல ஒரு முழு காரையும் கூட *3d* பிரிண்டர் மூலம் பிரிண்ட் செய்துவிட முடியும். காரின் தனித் தனி பாகங்கள் பிரிண்ட் செய்யப்படும். அவைகளை ஒன்றிணைக்க வேண்டும்.
(இந்த லிங்கை கிளிக் செய்து 3d பிரிண்டிர் மூலம் லம்போர்கினி காரை பிரிண்ட் செய்த ஒரு பேராசிரியரின் காணொலியை பார்க்கலாம்; https://www.youtube.com/watch?v=rZLTQSY1Vj8 அல்லது இந்த QR code-யை உங்கள் செல்போனில் ஸ்கேன் செய்து இந்த காணொலியை உங்கள் செல்போனில் காணலாம்)

டையிங், காஸ்டிங், ரீ டூலிங், டூலிங், பைலிங் என்று அனைத்து பொருள் உற்பத்தி சார்ந்த வேலைகளையும் இனி இல்லாமல் ஆக்கப்போகிறது *3d* பிரிண்டிங். பெரும் உதிரி பாக தொழிற்சாலையை ஒட்டுமொத்தமாக *3d* பிரிண்டிங் மெஷின் வடிவில் உங்கள் வீட்டின் வரவேற்பு அறை மேஜைக்கு கொண்டு வர இருக்கிறது இந்த தொழில் நுட்பம். ஆம் டெஸ்க் டாப் தொழிற்சாலை *(desktop factory).*

தன்னுடைய வேலையை தக்க வைத்துக்கொள்ள உள்ளூர் மெக்கானிக்க எப்படி வழமையான மெக்கானிக் தொழில்

அனுபவத்தையும், அறிவையும், டூல்ஸ்களையும் மூட்டைக் கட்டி ஓரமாக வைத்துவிட்டு கணினியை கையிலெடுக்க வேண்டுமோ அதே நிலைதான் வாகன உதிரி பாகம் மற்றும் பொருட்கள் உற்பத்திலிருக்கும் தொழிலாளர்களுக்கும். உங்கள் அனுபவத்தின் வழி அல்லது பல வருட கற்றலின் வழி பெற்ற தொழில் அனுவத்தையும் அறிவையும் ஓரங்கட்டி வைத்துவிட்டு கணினியை கையிலெடுத்தாக வேண்டும் நீங்கள்.

3d டெஸ்க்டாப் மென்பொருட்களான (குறிப்பாக வாகன உதிரி பாகங்கள் மற்றும் பல்வேறு பொருட்களை கணினியில் வடிவமைக்க தேவைப்படும் மென்பொருள்) *Fusion 360* போன்ற மென்பொருட்களை இப்போதிலிருந்தே கற்றுக்கொள்ளத் தொடங்கிவிடுவது நல்லது. உங்களுடைய வாடிக்கையாளருக்கு தேவையான பொருளை வடிவமைத்து மாத்திரம்தான் உங்களின் வேலையாக இருக்கும். மற்றவைகளை *3d* பிரிண்டர் பார்த்துக்கொள்ளும்.

வரயிருக்கும் தொழில் நுட்ப மாற்றங்களுக்கு ஏற்ப முன்பே நம்மை தயார் செய்துக்கொள்வது அறிவுடமை. வரட்டும் பார்த்துக்கொள்ளலாம் என்று உட்கார்ந்திருப்பது எந்த விதத்திலும் பயனிக்கப்போவதில்லை.

சூப்பர் சானிக் இரயில்கள் – ஹைப்பர் லூப்

வரப்போகும் ஆண்டுகளில் இரயில் பயணங்கள் நாம் பழகிய, பார்த்த இரயில் பயணங்களாக இருக்கப்போவதில்லை. ஒலி வேகத்திலான *(light speed)* இரயில் பயணங்கள் நாம் தடுக்கி விழும் தொலைவில்தான் இருக்கிறது. இதை சாத்தியப்படுத்தப் போவது ஹைப்பர் லூப் தொழில் நுட்பம். நகரங்கள், கிராமங்கள் என்று வளைந்து நெளிந்து சொல்லும் இரயில் தண்டவாளங்கள் இனி முடிவேயில்லாமல் நீண்டு செல்லும் குழாய்களாக மாறப்போகின்றன.

காற்று வெளியற்ற அந்த குழாய்க்குள் மணிக்கு *700* மைல் வேகத்தில் இரயில் பெட்டி (இவை போட் – *pod* - என்று அழைக்கப்படுகிறது) பறக்கும். இந்த தொழில் நுட்பம் குறித்து முதலில் பேசியவர்

எலன் மஸ்க். ஹைப்பர் லூப் தொழில் நுட்பத்தை சாத்தியமாக்கும் முயற்ச்சியாக இது தொடர்பான பல அறிவியல் போட்டிகளை அறிவித்து நடத்திக்கொண்டிருக்கிறார். எலன் மஸ்கிற்கு போட்டியாக மேலும் சில டெக் நிறுவனங்களும் ஹைப்பர் லூப் களத்தில் இறங்கியிருக்கின்றன.

(ஹைப்பர் லூப் தொழில் நுட்பம் குறித்த விரிவான காணொலியை இந்த லிங்கை சொடுக்கி காணலாம்; https://www.youtube.com/watch?v=zcikLQZI5wQ அல்லது உங்கள் செல்போனில் இந்த QR code-யை ஸ்கேன் செய்து உங்கள் செல்போனில் இந்த காணொலியை பார்க்கலாம்).

உலகம் முழுக்க நூற்றுக்கணக்கான விஞ்ஞானிகள் ஹைப்பர் லூப் தொழில் நுட்பத்திற்கு தேவைப்படும் நடைமுறை சாத்தியம் கொண்ட குழாயை அமைக்கும் சோதனையில் ஈடுப்பட்டிருக்கிறார்கள். இது தொடர்பாக ஆர்லூப் *(rLoop)* என்கிற இணைய பொறியாளர்கள் குழுமமும் ஆய்வுகளில் ஈடுப்பட்டிருக்கிறது.

எலன் மஸ்கினுடைய போட்டி அறிவிப்பை தொடர்ந்து ஹைப்பர் லூப் தொழில் நுட்பத்தில் இறங்கிய டெக் நிறுவனங்களில் ஒன்று ஹைப்பர் லூப் ஒன் *(Hyperloop One)*. இந்த நிறுவனம் சாத்தியப்படுத்த இருக்கும் ஹைப்பர் லூப் தொழில் நுட்பத்தைவிட இதன் முன்னாள் மற்றும் இந்நாள் பங்குதாரர்களுக்கிடையே நடக்கும் நீதிமன்ற அடிதடி டெக் இணையதளங்களின் தலைப்பு செய்திகளாக மாறிக்கொண்டிருக்கிறது.

சூழ்ச்சி, சதி, தொழில் நுட்ப திருட்டு போன்ற சிலிக்கான் வேலிக்கே உரிய அக்மார்க் குற்றச்சாட்டுக்கள்தான் இந்த அடிதடியிலும் முன்வைக்கப்பட்டிருக்கிறது.

விண்வெளியையும் விடப்போவதில்லை

வாகனம் என்று வரும்போது அதில் விமானமும் இராக்கட்டும் அடங்கும்தானே. அவைகளையும் விட்டு வைக்கவில்லை டெக் நிறுவனங்கள். அதாகப்பட்டது டெக்-ஆட்டோ நிறுவனங்கள். உலகின் மிகப் பெரிய விமான மற்றும் இராக்கட் உற்பத்தி நிறுவனங்களான போயிங்கும் *(Boeing)* லாக்கீட் மார்ட்டினும் *(Lockheed Martin)* கூட டெக் நிறுவனங்களின் அழுத்தங்களை உணரத் தொடங்கியிருக்கின்றன.

நாசா, அமெரிக்க அரசியல் லாபி, பெரும் மூலதனம் என்று சகல சம்பத்துக்களையும் உடைய இந்த இரு நிறுவனங்களும் கூட டெக் நிறுவனங்களுக்கு இணையாக தங்களை தக்க வைத்துக்கொள்ள தொழில் நுட்ப போட்டியில் இறங்கியிருக்கின்றன. அடிப்படையில் போயிங்கும் லாக்கீட் மார்ட்டினும் எதிர் எதிர் முகாம்களை சேர்ந்தவை. நாசாவின் விண்வெளி ஆய்வுகளுக்கு தேவையான இராக்கட்களையும், ஷட்டில்களையும், சேட்டிலைட்களையும் தயாரிப்பதில் இந்த இரு நிறுவனங்களுக்கு இடையே கடும் போட்டிகள் நிலவிய நாட்கள் உண்டு.

போதா குறைக்கு இராணுவத்திற்கான வாகன உற்பத்தி மற்றும் பயணிகள் ஜெட் விமான தயாரிப்பிலும் இந்த இரு நிறுவனங்களுக்கும் இடையே சந்தையில் வாய்க்கா தகறாருகள் உண்டு. தங்களுக்கு இடையிலான தொழில் போட்டியை சந்தையுடன் நிறுத்திக்கொள்ளாமல் தங்களுக்கு சாதகமான முடிவுகளை எடுக்க வைக்க பென்டகனிலும் பல உளவு, களவு, உள்ளடி வேலைகளை செய்வதிலும் இரண்டு நிறுவனங்களும் கை தேர்ந்தவை.

படுத் தீவிரமான போட்டிக்கான காரணம், திவாலாகாமல் இருக்க லாக்கீட் மார்ட்டீன் நிறுவனத்திற்கு *500* மில்லியன் டாலர்கள் மதிப்பிலான கான்டிராக்ட்கள் கிடைத்தாக வேண்டும். ஒவ்வொரு

வாரமும். போயிங்கிற்கு ஒரு பில்லியன் டாலர்கள் மதிப்பிலான கான்டிராக்ட்கள் கிடைத்தாக வேண்டும் திவாலாகாமல் இருக்க. மலையளவு கான்டிராக்ட்களை பெறவேண்டுமெனில் உள்ளடி வேலைகள் இல்லாமல் வேலை ஆகிவிடுமா என்ன. ஆனால் இப்போது இவையெல்லாம் பழங்கதைகள்.

உண்மைதான். பழங்கதைகள். டெக் நிறுவனங்கள் இராக்கட் தயாரிப்பு தொழில் நுட்பத்தை கையிலெடுத்தப் பிறகு. இதுவரையிலான இராக்கட் ஏவும் *(rocket launching)* தொழில் நுட்பத்தில் ஒட்டுமொத்தமான மாற்றத்தை கொண்டு வந்திருக்கும் முன்னணி டெக் நிறுவனங்களில் முக்கியமானவை எலன் மஸ்கின் ஸ்பேஸ்-எக்ஸ் *(SpaceX)* மற்றும் ஜெப் பேசோசின் தி ப்ளூ ஆரிஜின் *(The Blue Origin)*. ஜெப் பேசோஸ் நாம் நன்றாக அறிந்திருக்கும் அமேசான் டெக் நிறுவனத்தை உருவாக்கியவர்.

எலன் மஸ்கை இந்த புத்தகத்தில் முன்பே நாம் பார்த்திருக்கிறோம். எலெக்டிரிக் கார் தயாரிப்பு நிறுவனமான டெஸ்லாவின் உரிமையாளர்களில் ஒருவரான அதே எலன் மஸ்க்தான். வழமையான அமெரிக்க கார் தயாரிப்பு நிறுவனங்களுக்கு டெஸ்லாவின் எலெக்டிரிக் கார்கள் பயத்தை காட்டியதுப் போல ஸ்பேஸ்-எக்ஸ்சின் இராக்கட்கள் போயிங்கிற்கும், லாக்கீட் மார்ட்டினுக்கும் பயத்தை காட்டியிருக்கிறது. பயத்தில் கூடுதலாக எண்ணெய் ஊற்றுவதாக இருக்கிறது தி ப்ளூ ஆரிஜினுடைய இராக்கட் தொழில் நுட்பம்.

கார் நிறுத்தி வைக்கும் ஷெட்களில் மிகச் சிரிய அளவில் தொடங்கப்பட்டவை ஜெப் பேசோசின் அமேசானும், எலன் மஸ்கின் சிப்2-வும் *(Zip2)*. இவைகளின் தொடக்க கால மூதலீடுகள் என்று பார்த்தால் அவை ஒரு சில ஆயிரங்களை கூட தாண்டியிருக்காது. இவைதான் இன்று போயிங் மற்றும் லாக்கீட் மார்டின் போன்ற பெரும் மூலதனங்களையும், உள்கட்டமைப்புக்களையும், அரசியல் லாபிகளையும் கொண்ட நிறுவனங்களின் அடிகால்களை ஆட்டம் காண செய்துக்கொண்டிருக்கின்றன.

ஆக அதி காலை ஐந்து மணிக்கு எழுந்து, வேலைக்கு ஒழுங்காக சென்று, கண் மண் தெரியாமல் கடுமையாக உழைத்து நீங்களும் இப்படி வாழ்கையில் முன்னேறிவிடலாம் என்று சுய முன்னேற்ற

புத்தகங்களில் சொல்லப்படும் பேத்தல்களைப் போன்று நாமும் எதையாவது உளறி வைப்போம் என்று அவசரப்பட்டுவிட வேண்டாம். அதிகாலை எழுந்து, நாள் முழுவதும் கண் மண் தெரியாமல் உழைத்து கொட்டி உங்கள் வாழ்கையில் ஒரு துரும்பை கூட தூர் வார முடியாது என்பதை செக்கு மாடுகள் கூட அறியும்.

தொழில் நுட்பங்கள் உருவாக்க கூடிய புதிய தொழில் வாய்ப்புகளையும், மாற்றி சிந்திக்கும் முறையும், தொலை நோக்கு பார்வையும், புதிய முயற்சிகளில் துணிந்து காலை வைப்பதும், தொழில் நுட்ப அறிவை தனக்கு சாதகமாக பயன்படுத்துவதும், அத்தகைய அறிவை அடையாளம் கண்டு வளர்த்தெடுப்பதும் இவைதான் அமேசான், ஸ்பேஸ்-எக்ஸ், டெஸ்லா, கூகுள் போன்ற டெக் நிறுவனங்களின் அசூர வளர்ச்சிக்கான காரணங்கள்.

டெக் நிறுவனங்களின் இப்படியான அசூர வளர்ச்சிக்கு முன்பாக தாக்கு பிடிக்க முடியாமல், தப்பி பிழைக்க போயிங் மற்றும் லாக்கீட் மார்டீன் போன்ற பெரும் மூலதனங்களில் புரளும் பழமையான சிந்தனை போக்கில் உழலக் கூடிய நிறுவனங்கள் கூட தங்களுக்கு இடையிலான போட்டிகளை ஒதுக்கி வைத்துவிட்டு கைகோர்க்கும் நிலைக்கு வந்து சேர்ந்திருக்கின்றன.

ஸ்பேஸ்-எக்ஸ் மற்றும் தி ப்ளூ ஆரிஜின் போன்ற டெக் நிறுவனங்களின் இராக்கட் தொழில் நுட்பங்களுக்கு இணையாக தங்களுடைய இராக்கட் தொழில் நுட்பத்தையும் வளர்த்தெடுக்க போயிங்கும் லாக்கீட் மார்டீனும் தங்களுடைய பகையை மறந்து, ஒன்றிணைந்து யூனைட்டட் லான்ச் ஆலையன்ஸ் *(United Launch Alliance)* என்கிற தொழில் கூட்டை உருவாக்கியிருக்கின்றன.

(டெக் நிறுவனங்களுக்கும் யூனைட்டட் லான்ச் ஆலையன்சுக்கும் இடையே நடக்கும் இராக்கட் தொழில் நுட்ப போட்டிகளை குறித்தும், டெக் நிறுவனங்களின் அடுத்தக்கட்ட பிரம்மாண்ட திட்டமான விண்வெளி சுற்றுலாவை குறித்தும் விரிவாக அறிந்துகொள்ள என்னுடைய "தி விண்வெளி நாட்டாமைகள்: *Race For Cosmos*" புத்தகத்தை வாசிக்கவும்.). தொழில் நுட்பங்கள் சூழ் உலகம் என்பது பெரும்பான்மையாக மாற்றி சிந்திக்கும் மனப்பான்மையை அடிப்படையாக கொண்டது. வெறும்

உடல் உழைப்பு மாத்திரம் நம்முடைய வேலை வாய்ப்பையும், முன்னேற்றத்திற்கான வழிகளையும் உருவாக்க போதுமானதாக இருக்க முடியாது. மேலும் தொழில் நுட்பங்கள் சூழ் உலகம் கடும் போட்டிகளையும், முதுகில் குத்தும் துரோகங்களையும், பழிவாங்கல்களையும் அடிப்படையாக கொண்டது.

போயிங் மற்றும் லாக்கீட் மார்டின் நிறுவனங்களுக்கு சவாலாக மாறியிருக்கும் எலன் மஸ்கின் ஸ்பேஸ் எக்ஸ் டெக் நிறுவனமும் கூட இப்படியான முதுகில் குத்தும் துரோகங்களில் இருந்தே பிறப்பெடுத்ததுதான். ஒருவேலை டெக் நிறுவனங்கள் உருவாக்கும் துரோகங்களும், போட்டிகளும் இல்லாதிருக்குமானால் எலன் மஸ்க் போன்றவர்கள் மனித வாழ்க்கை முறையையே மாற்றிப்போடும் தொழில் நுட்பங்களை உருவாக்காமல் போயிருக்கலாம்.

நாற்பதிற்கு நாற்பது அடுக்குமாடி குடியிருப்பில் தந்தை கொடுத்த ஒரு சில பத்தாயிரம் டாலர்கள் முதலீட்டில் அண்ணனும் தம்பியுமாக தொடங்கியது சிப்-2 (Zip2) டெக் நிறுவனம். தம்பி எலன் மஸ்க் இந்த நிறுவனத்திற்கான ப்ரோகிராம் எழுதும் வேலையை பார்த்துக்கொள்ள அண்ணனான கிம்பால் விற்பனை பிரதிநிதி வேலையை பார்த்தார். மஸ்க், தொழில் நுட்பங்கள் சூழ் உலகின் கடும் உழைப்பாளிகளுக்கு ஒரு சோறு பதம்.

ஒரு உண்மையை நாம் இங்கே ஒப்புக்கொண்டே ஆகவேண்டியிருக்கிறது. அதை நாம் விரும்பினாலும் விரும்பாவிட்டாலும். இன்றைய ஒட்டுமொத்த உலகின் தினசரி வாழ்க்கை முறையை தீர்மானிக்க கூடிய பல டெக் நிறுவனங்களின் தொடக்கம் என்பது அதன் நிறுவனர்களின் காட்டுத்தனமான உழைப்பில் உருவானவை. மூளையை கசக்கி பிழிந்து பல மணி நேரங்கள் ப்ரோகிராமிங் கோட்களில் செலவிடப்பட்டு உருவாக்கப்பட்டவை. இருபத்தி நான்கு மணி நேரங்கள், நாற்பதெட்டு மணி நேரங்கள் என்று அங்குமிங்கும் நகராமல் அசுரத்தனமாக கணினிகளுடன் கோடிங்கில் செலவிடப்பட்ட உழைப்பு அது.

இருபத்தியோராம் நூற்றாண்டின் கடும் உழைப்பு என்பது கணினிகளுடன் அதன் தொழில் நுட்பங்களுடன் செலவிடப்பட

வேண்டியவை என்பதை ஒரு சோறு பதமாக எடுத்துக்காட்டுபவை டெக் நிறுவனங்களின் வெற்றிகள். உழைப்பு என்பது உடலிலிருந்து மூளைக்கு மாறிவிட்டது என்பதை நாம் உள் வாங்க மறுத்து பழைய பஞ்சாங்க தீர்வுகளை பேசிக்கொண்டிருப்பது ஊர்போய் சேர உதவாது.

மஸ்கின் முதல் டெக் நிறுவன முயற்ச்சியான சிப்-2வை கோடிகள் கொடுத்து வாங்கியது காம்பேக் *(Compaq)* நிறுவனம். இது மஸ்க் சகோதரர்களே எதிர்பார்த்திராத முதல் வெற்றி. இணைய *(internet)* தொழல் நுட்பமும் அது சார்ந்த மென்பொருட்களும் *(websites and databases),* வழமையாக செயல்பட்டுக்கொண்டிருக்கும் அனைத்து தொழில் துறைகளின் செயல்பாட்டு முறைகளையும் அடியோடு மாற்றக் கூடியவை என்பதையும் அதன் மூலம் மிக குறுகிய காலத்திலேயே பல கோடிகளை இலாபமாக பார்த்துவிட முடியும் என்பதையும் அனுபவ பூர்வமாக மஸ்கிற்கு எடுத்துக்காட்டியது சிப்-2 முயற்ச்சி.

தொழில் துறைகளின் வழமையான செயல்பாட்டு முறைகளும், ஊர் ஓடும் திசையிலேயே உடன் சேர்ந்து ஓடும் பழமை போக்கும், அதில் அடங்கியிருக்கும் திறமையின்மை போன்ற குறைபாடுகளுமே டெக் நிறுவனங்களின் அசூர வளர்ச்சிக்கும் வெற்றிக்கும் மிக முக்கிய அடிப்படை காரணிகள். வங்கித் துறையிலும் இருந்த இத்தகைய குறைபாடுகளை தன்னுடைய அடுத்த டெக் நிறுவனத்திற்கான மூலதனமாக மாற்றினார் எலன் மஸ்க்.

உண்மைதான் டெக் நிறுவனங்களின் மிக முக்கிய மூலதனம் பணமல்ல, மூளை. பண மூலதன ஏற்றத் தாழ்வுகளை ஓரளவிற்கேனும் சீர் செய்யக் கூடிய சித்தாந்தங்களைத்தான் மனிதயினம் பெற்றிருக்கிறது. மூளை மூலதன ஏற்றத் தாழ்வுகளை சீர் செய்தாக வேண்டிய சவாலை வழங்க காத்திருக்கிறது தொழில் நுட்பங்கள் சூழ் உலகம்.

இதுவரையிலான தொழில் புரட்சிகள் *(industrial revolutions)* பெருந்திரல் உடல் உழைப்பிற்கான வாய்ப்புகளையும் வழங்கியது. இதன் காரணமாக வணிகத்திலும் ஈடுபடாத, தொழில் முதலீட்டிலும் ஈடுபடாத, விவசாய உற்பத்தியிலும் ஈடுபடாத

நடுத்தர வர்கம் என்கிற புதிய வர்கம் ஒன்று உருவானது. உலகம் முழுவதிலும் நடுத்தர வர்க வேலை வாய்ப்பின் சதவிகிதம் மிக அதிகம். நிலவுடமை பொருளாதாரத்திலிருந்த உலகை சந்தை பொருளாதாரத்திற்கு இழுத்து வந்ததும் இதே நடுத்தர வர்க உருவாக்கம்தான்.

பதினேழாம் நூற்றாண்டுக்கு முந்தைய சமூக அமைப்பை நோக்கி இன்றைய இருபத்தியோராம் நூற்றாண்டு சமூகம் திரும்பிக்கொண்டிருக்கிறது. பதினேழாம் நூற்றாண்டுக்கு முந்தைய உலகில் பணமும் நிலமும் கொண்டவன் வகுத்ததே சமூக செயல்பாடாக இருந்தது. சமூகத்தின் அனைத்து அங்கங்களையும் புரட்டும் சக்தி நிலவுடமையாளர்களிடமும் வணிகர்களிடமும் குவிந்திருந்தது. பேரரசர்களுமே கூட இவர்களுடைய சாதக பார்வையை அனுசரித்தே நடந்துகொள்ள வேண்டியிருந்தது.

கண்டுபிடிப்புகளைஅடிப்படையாக கொண்ட தொழில்துறைகளின் வருகைக்கு பிறகே சமூகத்தின் மீதான நிலவுடமையாளர்கள் மற்றும் வணிகர்களின் ஆதிக்கம் குறைக்கப்பட்டு முதலீட்டிற்கும் வணிகத்திற்கும் இடையிலான பெருந்திரல் உடல் உழைப்பு உருவாக்கப்பட்டது. பெருந்திரலுக்கே உடைய மந்த போக்கையும், பழமை வாதங்களையும், மாற்று சிந்தனைகளுக்கு இடமலிக்காத பிற்போக்குத்தனங்களையும் அடிப்படையாக கொண்டது நடுத்தர வர்க பெருந்திரல் உடல் உழைப்பு.

வரலாறு ஒரு வட்டம்தானே. இணைய தொழில் நுட்பம் கணக் கச்சிதமாக நடுத்தர வர்க உடல் உழைப்பின் குறைபாடுகளையே குறி வைக்கிறது. இதை அடையாளம் கண்டு மாற்றி யோசிக்கும் (தொழில் நுட்பங்களின் வீச்சை உணரும்) இயல்பு கொண்டவர்களை மூளையுடமையாளர்களாக மாற்றுகிறது இணைய மற்றும் கணினி தொழில் நுட்பங்கள். மூளையுடமையாளர்களின் சொத்துக்களாக மாறியிருப்பவை அவர்கள் உருவாக்கிய இணைய சேவைகளும், செல்போன் சேவைகளும் (பிளாட்பார்ம்ஸ் - *platforms*).

டெக் நிறுவனங்கள் உருவாக்கியிருக்கும் இணைய மற்றும் சொல்போன் சேவைகளை பிளாட்பார்ம் என்று அடையாளப்படுத்துகிறார்கள் “மாற்றி சிந்திக்கும்” பொருளாதார

சிந்தனையாளர்கள். பெரும்பான்மை வழமையான பொருளாதார சிந்தனையாளர்களுக்கு என்ன நடந்துகொண்டிருக்கிறது என்பதற்கான புரிதலும் கூட இல்லாமல்தான் இருப்பதாக தோன்றுகிறது. அதனால்தான் என்ன நடந்துகொண்டிருக்கிறது என்பதை அடையாளம் காண்பவர்களை "மாற்றி சிந்திக்கும்" பொருளாதார சிந்தனையாளர்கள் என்று குறிப்பிடுகிறோம்.

இணைய தொழில்நுட்பங்களும் டெக் நிறுவனங்களும் சேர்ந்து பங்கீட்டு பொருளாதாரம் *(sharing economy)* என்கிற புதிய சமூக பொருளாதார அமைப்பை உருவாக்கிக்கொண்டிருக்கின்றன. மேம்போக்காக பார்க்கையில் இந்த பொருளாதார அமைப்பு, வாடிக்கையாளர்களுக்கு பெரும் வசதியானதாகவும் இலாபகரமானதாகவும் தோன்றினாலும் உண்மையில் இது டெக் நிறுவனங்களை இருபத்தியோராம் நூற்றாண்டின் நிலவுடமையாளர்களாகவும், சமீந்தார்களாகவும், நிலப்பிரப்புக்களாவும் மாற்றிக்கொண்டிருக்கிறது.

சமூகத்தின் மீதான தங்களுடைய கட்டுப்பாடுகளை நிலைநாட்ட இவை ஒரு அடி கூட நகர வேண்டியதில்லை. இருந்த இடத்தில் நினைத்த நொடியில் இணையம் வழி அனைத்தும் அவர்களின் கைகளில். இதன் மூலம் உருவாகக் கூடிய சமூக ஏற்றத்தாழ்வுகளுக்கான தீர்வுகளை வழமையான சமநிலை சமூகத்தை விரும்பும் சித்தாந்தங்கள் முன் வைக்கின்றனவா என்பது கேள்விக்குறியே.

வங்கி பணப் பரிவர்த்தனையை எளிமையாக்குவது. இதுதான் மஸ்க் தொடங்கிய *X.com* டெக் நிறுவனத்தின் அடிப்படை செயல்பாடு. அதாவது வங்கிப் பணப் பரிவர்த்தனையை இணையத்தின் மூலம் மேற்கொள்வது. இணையத்தின் மூலம் வங்கி நடவடிக்கைகள் என்பதை குறித்து அமெரிக்க வங்கிகள் கனவிலும் கூட நினைத்துப் பார்த்திராத சங்கதி. ஏனென்றால் அவைகளுக்கு அன்றைய நாட்களில் *(1999-கள்)* இணைய தொழில் நுட்பம் என்றால் என்னவென்றே தெரியாதிருந்தது.

இணைய தொழில் நுட்பங்கள் மற்றும் கணினி தொழில் நுட்பங்கள் குறித்த வழமையான தொழில் துறைகளின் அறியாமைதான்

இன்றைக்கு அவை தங்களை தக்க வைத்துக்கொள்ள நடத்திக்கொண்டிருக்கும் போராட்டங்களுக்கான மூலக் காரணம். வழமையான தொழில் துறைகளை கட்டுக்குள் வைத்திருக்கும் நிறுவனங்களிடம் பெரும் மூலதனங்கள் இருந்தும் அந்த மூலதனங்களுக்கு மாற்றி யோசிக்கும் சிந்தனை முறை இல்லாத காரணத்தால் நேற்று மழையில் தோன்றிய டெக் நிறுவனங்களுடன் மல்லுக்கு நிற்க வேண்டிய நிலைக்கு தள்ளப்பட்டிருக்கின்றன.

வங்கித் துறையும் அதற்கு விதிவிலக்காகிவிட முடியுமா என்ன. இணைய தொழில் நுட்பத்தின் மூலம் வங்கி பரிவர்த்தனையை சுலபமாக்க முடியும் என்பதை மஸ்க் உணர்ந்துகொண்டதைப் போலவே மேலும் இருவரும் அதை உணர்ந்திருந்தார்கள். மேக்ஸ் லேவ்சின் மற்றும் பீட்டர் தீயல். கன்பினிட்டி என்கிற டெக் நிறுவனத்தை உருவாக்கி மஸ்க் செய்ய நினைத்த அதே காரியத்தை கையிலெடுத்திருந்தார்கள். இணைய வழி வங்கி சேவை.

ஒரே விசயத்தை இரண்டுபேர் செய்தால் அங்கு போட்டி வந்துதானே ஆகவேண்டும். எக்ஸ்.காமிற்கும் கன்பினிட்டிக்கும் நடந்த தொழில் போட்டி டெக் நிறுவனங்களுடைய வரலாற்று பக்கங்களை படு சுவாரசியங்களால் நிரப்பக் கூடியவை. அதிக வாடிக்கையாளர்களை தங்கள் பக்கம் இழுக்க இரண்டு நிறுவனங்களும் அனைத்து விதமான தொழில் நுட்ப உள்ளடி வேலைகளையும் செய்தன. இதில் மஸ்க் கூடுதல் முரட்டுத்தனத்தை காட்டியதாக தெரிகிறது.

இவை போதாதென்று புதிய வாடிக்கையாளர்களை இழுக்க சப்ஸ்கிரிப்சன் போனஸ், ரிபரல் போனஸ் என்று கோடிகளில் டாலர்களை இறைத்தன இந்த இரண்டு நிறுவனங்களும். முதல் தொழில் புரட்சிக்கு பிறகு தோன்றிய வழமையான பெரும் தொழில் துறைகள் தங்களுடைய நூற்றாண்டு கால வரலாற்றில் இப்படியான விசயங்களை நினைத்துப் பார்த்ததும் கூட கிடையாது. வாடிக்கையாளர்களை கவர டாலர்களில் பணத்தை இறக்குவதெல்லாம் அவை அறிந்திராத விற்பனை உத்தி.

வழமையான தொழில் துறைகள், விளம்பரங்களில் கோடிகளை கொட்டுவதன் வழி தங்களுடைய வாடிக்கையாளர்களை தங்களை நோக்கி இழுக்கலாம் என்கிற பழைய வழியிலேயே

ஊறியிருக்க டெக் நிறுவனங்கள் அந்த கோடிகளை நேரடியாக தங்களுடைய வாடிக்கையாளர்களிடமே கொடுத்து தங்களுக்கான விளம்பரங்களை தேடிக்கொண்டன. தேடிக்கொண்டிருக்கின்றன.

போட்டி உச்சத்திலிருந்த சமயத்தில் கன்பினிட்டி தன்னுடைய பெயரை பேபால் *(Paypal)* என்று மாற்றிக்கொண்டது. இணையத்தில் பணப் பரிவர்த்தனை செய்பவர்கள் குறிப்பாக வெளிநாட்டு பணப் பரிவர்த்தனை செய்பவர்கள் நிச்சயம் பேபால் குறித்து அறிந்திருப்பார்கள். பேபால் என்கிற இந்த பெயருமே கூட பிற்பாடு நடைப்பெற்ற முதுகில் குத்தும் வேலையில் மிக முக்கிய பங்கு வகித்தது. இரு நிறுவனங்களுக்கும் இடையிலான போட்டி உச்சத்தையடைய, தங்களுக்குள்ளான சமரசத்திற்கு வந்து சேர்ந்தன இரண்டும்.

இதில் மஸ்கின் கையே ஓங்கியிருந்தது. எக்ஸ்.காமும் பேபாலும் ஒன்றிணைந்தது. ஒன்றிணைந்த நிறுவனத்தின் தலைமை பொறுப்பு வரயிருந்த சதிக்கான அடித்தளமாக அமைந்தது. டெக் நிறுவனங்களுடைய தலைமை பொறுப்பிலிருப்பவர்களின் முதுகில் குத்தும் வரலாற்றின் மற்றொரு மைல் கள்ளாக அமைந்தது அந்த சதி. இதற்கு முன்பு ஆப்பிள் நிறுவனத்தை உருவாக்கிய ஸ்டீவ் ஜாப்சின் முதுகில் குத்தப்பட்டது சிலிக்கான் வேலியின் முக்கியப் பேசு பொருட்களில் ஒன்றாக இருந்தது.

டெக் நிறுவனங்கள், முட்டு சந்திலிருக்கும் சாமானிய தொழிலாளி ஒருவனின் வேலைக்கு மாத்திரம் போட்டியாக இருப்பதில்லை தன்னுடைய தலைமை பொறுப்பிலிருப்பவர்களுக்கும், தன்னை உருவாக்கியவர்களுக்குமே கூட கடும் போட்டிகளை உருவாக்க கூடியவைகளாக இருக்கின்றன. இதற்கான மிகச் சிறந்த எடுத்துக்காட்டு ஸ்டீவ் ஜாப்ஸ். தலைமை பொறுப்பிலிருந்தவர்கள் *(CEO)* சதிகளின் மூலம் உருட்டித்தள்ளப்பட்டதற்கான நீண்ட பட்டியல் சிலிகான் வேலியிடம் உண்டு.

இந்த பட்டியலில் ஜாப்சுக்கு அடுத்து முக்கிய இடத்தை பிடித்தது எலன் மஸ்க். ஒன்றிணைந்த எக்ஸ்.காம் மற்றும் பேபால் நிறுவனங்களின் தலைமை பொறுப்பை தன்னிடமே வைத்துக்கொண்டார் மஸ்க். மேலும் பெரும்பான்மை

ஊழியர்கள் ஒன்றிணைப்பிற்கு பிறகு பேப்பால் என்கிற பெயரே நிறுவனத்திற்கான பெயராக இருக்கவேண்டும் என்று விரும்ப மஸ்க், எக்ஸ்.காம் பெயரிலேயே நிறுவனம் தொடரவேண்டும் என்று உறுதியாக நின்றார். அடுத்து, மஸ்க் நிறுவனத்தின் ப்ரோகிராமிங் மொழியாக சீ *(C)* தொடரவேண்டும் என்று விரும்ப பேப்பால் ஓப்பன் சோர்ஸ் *(OpenSource)* மொழியை தூக்கிப்பிடித்தது.

இதன் காரணமாக ஒன்றிணைந்த இரு நிறுவனங்களின் ஊழியர்கள் மத்தியில் இருவேறு கூடாரங்கள் தோன்றியது. இதில் பேப்பால் நிறுவனத்தின் பீட்டர் தீயல் சார்பான கூடாரம் திரை மறைவு காரியங்களை செய்யத் தொடங்கின. மஸ்கை தலைமைப் பொறுப்பிலிருந்து கழட்டிவிட்டு விட்டு அந்த இடத்தில் தீயலை கொண்டு வந்துவிட வேண்டும் என்பது அந்த கூடாரத்தின் ஹிட்டன் அஜன்டாவாக இருந்தது.

திரை மறைவின் வீரியத்தை உணர்ந்திராத மஸ்க் அந்த சமயத்தில் தேன் நிலவிற்காக ஆப்பிரிக்காவிற்கு கிளம்ப சதி திட்டம் கச்சிதமாக அரங்கேற்றப்பட்டது. சுபயோக சுபதினமாக பார்த்து அர்த்த இராத்திரியில் நிறுவனத்தின் தலைமை குழு உறுப்பினர்களும் *(Board Members)* பேப்பாலை சேர்ந்த ஒரு சில ஊழியர்களும் அலுவலகத்தில் ஒன்று கூடி மஸ்கை தலைமைப் பொறுப்பிலிருந்து தூக்கியடித்துவிட்டு அந்த இடத்தில் பேப்பாலின் தீயலை கொண்டுவந்தார்கள்.

தான் தூக்கியடிக்கப்பட்ட அந்த இரவில் அதுக் குறித்து அறிந்திராத மஸ்க் ஆப்பிரிக்காவிலிருந்து ஆஸ்திரேலியாவிற்கு பறந்துகொண்டிருந்தார். அந்த வருடத்தைய *(2000)* ஆஸ்திரேலிய ஒலிம்பிக் போட்டிகளை நேரடியாக காண. ஆஸ்திரேலியாவில் இறங்கியதும் அவர் காதில் விழுந்த முதல் செய்தி தலைமை பொறுப்பு பறிக்கப்பட்டது என்பது. அலறிப் புடைத்து அடுத்த விமானத்தில் மஸ்க் அமெரிக்கா திரும்பியும் பயனில்லாமல் போனது.

மஸ்கை தலைமைப் பொறுப்பிலிருந்து வெளியேற்றிய கையோடு, பேப்பால் என்பதும் நிறுவனத்தின் பெயராக அறிவிக்கப்பட்டது. தலைமை பொறுப்பை இழந்த மஸ்க் போர்ட் உறுப்பினராக

மாத்திரம் தொடர்ந்தார். அடுத்த ஒரு சில வருடங்களில் ஈ-பே *(eBay)* நிறுவனம் பேப்பாலை வாங்கிப்போட்டது. இதன் மூலம் பல நூறு மில்லியன் டாலர்கள் எலன் மஸ்கிற்கு வந்து சேர்ந்தது.

இதை முதலீடாக கொண்டு மஸ்க் அடுத்து உருவாக்கிய டெக் நிறுவனம் ஸ்பேஸ் எக்ஸ். சதிகளின் மிகப் பெரிய பலவீனம், தான் உருவாக்கும் சதிகளின் பின் விளைவுகள் பெரும் காரியங்களில் கொண்டுபோய் விட்டு விடும் என்பதை அவை அறியாமலிருப்பதுதான். மானிட வரலாறு முழுவதும் இந்த அறியாமையிலேயே இருந்து வருகிறது சதி.

சரி, ஸ்பேஸ் எக்ஸ் இராக்கட் போக்குவரத்தில் எப்படியான மாற்றங்களை செய்துக்கொண்டிருக்கிறது. முக்கியமான மாற்றம் வி.டி.வி.எல் *(Vertical Takeoff Vertical Landing - VTVL)* தொழில் நுட்பத்தை வணிக இராக்கட்களுக்கான வெற்றியாக மாற்றியது. ஸ்பேஸ் எக்சின் பேல்கன் 9 *(Falcon 9)* இராக்கட் இந்த தொழில் நுட்பத்தை அடிப்படையாக கொண்டு தரையிலிருந்து செங்குத்தாக கிளிம்பி பிறகு மீண்டும் செங்குத்தாகவே தரையிறங்குவதில் புதிய மைல் கற்களை தொட்டுக்கொண்டிருக்கிறது.

இதுவரையில் இராக்கட் தயாரிப்பில் ஈடுப்பட்டிருந்த வழமையான நிறுவனங்கள் குறிப்பாக போயிங்கும், லாக்கீட் மார்ட்டினும் இந்த தொழில் நுட்பத்தை தங்களுடைய செயல் திட்டத்திலேயே வைத்திருக்கவில்லை. ஸ்பேஸ் எக்சும், தி புளூ ஆரிஜினும் (அமேசானுடையது) இந்த தொழில் நுட்பத்தை கையிலெடுத்து வெற்றிகளைக் கண்டப் பிறகு இந்த தொழில் நுட்பத்தின் வீச்சை மிக மெதுவாக உணரத் தொடங்கியிருக்கின்றன வழமையான இராக்கட் தயாரிப்பு நிறுவனங்கள்.

செயற்கைக் கோல்களை விண்ணில் ஏவுவதிலும், கண்டம் விட்டு கண்டம் செல்லும் பயணிகள் போக்குவரத்திலும் அடியோடு புரட்டிப்போடும் மாற்றங்களை கொண்டு வந்திருக்கிறது வி.டி. வி.எல் தொழில் நுட்பத்தின் வெற்றி. முன்பு பார்த்த *3d* பிரிண்டிங் தொழில் நுட்பமும் இராக்கட் தயாரிப்பு தொழிலில் பல மாற்றங்களை கொண்டு வந்திருக்கிறது. தற்போதைய செயற்கைக் கோல்களின் சில உதிரி பாகங்களை தயாரிப்பது – அதாகப்பட்டது

பிரிண்ட் அவுட் எடுப்பது - 3d பிரிண்டர்கள்தான். டெக் நிறுவனங்கள் சர்வ சாதாரணமாக ஏற்படுத்திக்கொண்டிருக்கும் இராக்கட் தொழில் நுட்ப புரட்சிகளை ஒற்றையாளாக நின்று சமாளிக்க முடியாது என்பதை நன்கு உணர்ந்துகொண்ட போயிங், சாட்சிக்காரன் காலில் விழுவதைவிட சண்டைக்காரன் கையை பிடிப்பது மேல் என்று லாக்கீட் மார்டினுடன் இணைந்து வி.டி.வி.எல் தொழில் நுட்பத்தை முன்னெடுப்பதற்காக உருவாக்கியதுதான் யூனைட்டட் லான்ஞ்ச் ஆலையான்ஸ்.

மண் தொடங்கி விண் வரை டெக் நிறுவனங்களுடைய தொழில் நுட்பங்கள் பல புதிய மாறுதல்களைக் கொண்டு வந்தபடி இருக்கிறது. இத்தகைய டெக் நிறுவனங்களை உருவாக்கியவர்கள், உருவாக்குபவர்கள் தொடர்ச்சியாக தங்களை சூழ்நிலைகளுக்கு ஏற்பவும், தொழில் நுட்பங்கள் வழங்கும் புதிய வாய்ப்புகளுக்கு ஏற்பவும் தகவைத்தபடியே இருக்கிறார்கள். எலன் மஸ்க் தன்னுடைய டெக் முயற்சிகளை டெஸ்லா, ஸ்பேஸ் எக்ஸ் நிறுவனங்களுடன் மாத்திரம் நிறுத்திக்கொள்ளவில்லை.

ஆர்டிபிஷியல் இண்டலிஜன்ஸ் துறையிலும் தன்னுடைய முதலீடுகளை இறக்கியிருக்கிறார் மஸ்க். அவருடைய ஓப்பன்ஏய் (OpenAI) மற்றும் நியூரல்இன்க்(Neuralink) நிறுவனங்கள்ஆர்டிபிஷியல் இண்டலிஜன்ஸ் தொழில் நுட்பத்தை அடுத்தக்கட்டத்திற்கு கொண்டு செல்வதற்காக உருவாக்கப்பட்டவை. எதிர்காலத்தை விரல் விட்டு எண்ணக் கூடிய ஆர்டிபிஷியல் இண்டலிஜன்ஸ் அல்காரிதங்களே *(Gradient Boosting & AdaBoost, Dimensionality Reduction Algorithms, Random Forest, K-Means, K- Nearest Neighbors, Naive Bayes, Support Vector Machine, Decision Tree, Logistic Regression, Linear Regression)* கட்டுப்படுத்த இருப்பதால் டெக் நிறுவனங்கள், அதில் பெருமளவிலான முதலீடுகளை செய்துக்கொண்டிருக்கின்றன.

டெக் நிறுவனங்களுடைய தொழில் நுட்பங்கள் சமூகத்தின் அனைத்து நிலைகளிலும் ஏழைகள் தொடங்கி பில்லியனர்கள் வரை தாக்கங்களை செலுத்திக்கொண்டிருக்கின்றன. வேலை வாய்ப்பென்பதும் (சமூகத்தின் அனைத்து அடுக்குகளையும் சேர்ந்த) அது சார்ந்த பிரச்சனைகளும் இனியும் நாம் அறிந்தவையாக உணர்ந்தவையாக இருக்கப்போவதில்லை. இனி வரும்

நாட்களில் வேலை வாய்ப்பென்பது பெரிதும் உடல் உழைப்பை சார்ந்தவையாகவும் இருக்கப்போவதில்லை. மூளை திறனை சார்ந்தவையாக இருக்கப்போகிறது.

எதிர்கால சமநிலை சமூகநீதி என்பது பெரு மூலதனங்களை சார்ந்தவையாகவோ அல்லது உழைப்புப் பிரிவினையை சார்ந்தவையாகவோ இல்லாமல் மூளை திறனை சார்ந்ததாகவே இருக்கும். உலக பெரு வெள்ளத்திற்கு முன்பாக நிலவிய சூழலில்தான் நாம் இப்போது இருக்கிறோம். நாம் நோவாவாக மாறி சக உயிரினங்களை காப்பதும், வெள்ளத்தோடு அடித்துக்கொண்டு போவதும் நம் கைகளில்தான் இருக்கிறது.

பங்கீட்டு பொருளாதாரம்

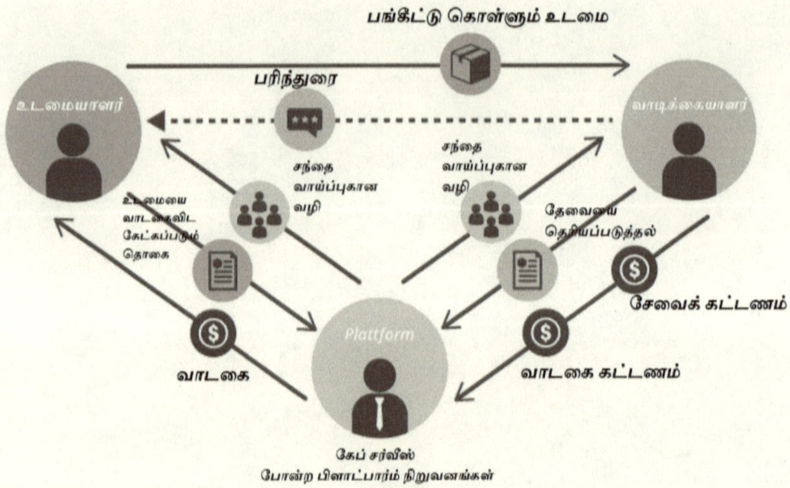

கேப் சர்வீஸ்
போன்ற பிளாட்பார்ம் நிறுவனங்கள்

Reference Books

For Electric Vehicles

The Powerhouse: America, China and The Great Battery War by Steve LeVine

Three Revolutions: Steering Automated, Shared and Electric Vehicles To A Better Future by Daniel Sperling

The Great Race: The Global Quest For The Car of the Future by Levi Tillemann

Insane Mode: How Elon Musk's Tesla Sparked an Electric Revolution to End the Age of Oil by Hamish McKenzie

Rethink: The Surprising History of New Ideas by Steven Poole

Ghost Work: How to Stop Silicon Valley from Building a New Global Underclass by Mary L. Gray and Siddharth Suri

For Fourth Industrial Revolution

The Fourth Industrial Revolution by Klaus Schwab

Shaping the Future of the Fourth Industrial Revolution by Klaus Schwab

The Inevitable: Understanding The 12 Technological Forces That Will Shape Our Future by Kevin Kelly

AI Super Powers by Kai-Fu Lee

For Artificial Intelligence & Robotics

The Master Algorithm: How The Quest For The Ultimate Learning Machine Will Remake Our World by Pedro Domingos

Human + Machine: Reimagining Work in the Age of AI by Paul R. Daugherty & H. James Wilson

Rise Of The Robots: Technology And The Threat Of A Jobless Future by Martin Ford

For Big Data

Big Data In Practice: How 45 Successful Companies Used Big Data Analytics To Deliver Extraordinary Results by Bernard Marr

From Big Data To Big Profits: Success with Data and Analytics by Russell Walker

For Driverless Vehicles

The Laser That's Changing The World: The Amazing Stories behind Lidar from 3D Mapping to Self-Driving Cars by Todd Neff

Driverless: Intelligent Cars and the Road Ahead by Hod Lipson & Melba Kurman

Autonomy: The Quest To Build The Driverless Car And How It will Reshape Our World by Lawrence D. Burns & Christopher Shulgan

For Shared Vehicles

Wild Ride: Inside Uber's Quest For World Domination by Adam Lashinsky

Uberland: How Algorithms Are Rewriting the Rules of Work by Alex Rosenblat

The Upstarts: How Uber, Airbnb, and the Killer Companies of the New Silicon Valley Are Changing the World by Brad Stone

Raw Deal: How The Uber Economy And Runaway Capitalism Are Screwing American Workers by Steven Hill

For Internet of Things

Enterprise IoT: Strategies & Best Practices for Connected Products & Services by Dirk Slama, Frank Puhlmann, Jim Morrish & Rishi M. Bhatnagar

Getting Started with the Internet of Things by Cuno Pfister

IoT Inc. How Your Company Can Uses the Internet of Things to Win in the Outcome Economy by Bruce Sinclair

For Sensors & Motors

Motors for Makers: A Guide to Steppers, Servos and Other Electrical Machines by Matthew Scarpino

For 3D Printing

3D Printing: The Next Industrial Revolution by Christopher Barnatt

www.ingramcontent.com/pod-product-compliance
Lightning Source LLC
LaVergne TN
LVHW040818051026
849519LV00007BA/2668